ഊർജ്ജം ഒരു പഠനം

oorjam oru padanam

•

dr. b premlet

•

first edition
september 2007

•

second edition
september 2008

•

third edition
march 2012

•

fourth edition
march 2017

•

typesetting and published
chintha publishers, thiruvananthapuram

•

printed
print express, kochi

•

cover design
anil vega

വിതരണം

ദേശാഭിമാനി ബുക്ക് ഹൗസ്

H O തിരുവനന്തപുരം–695 035
www.chinthapublishers.com
chinthapublishers@gmail.com

ബ്രാഞ്ചുകൾ

ഹെഡ്ഡാഫീസ് കുന്നുകുഴി • ഓവർബ്രിഡ്ജ് തിരുവനന്തപുരം • കെ എസ് ആർ ടി സി ബസ് സ്റ്റേഷൻ ആലപ്പുഴ • കെ എസ് ആർ ടി സി ബസ് സ്റ്റേഷൻ എറണാകുളം • മച്ചിങ്ങൽ ലെയ്ൻ തൃശൂർ • ഐ ജി റോഡ് കോഴിക്കോട് • കെ എസ് ആർ ടി സി ബസ് സ്റ്റേഷൻ കോഴിക്കോട് • എൻ ജി ഒ യൂണിയൻ ബിൽഡിങ് കണ്ണൂർ • സെൻട്രൽ ബസ് ടെർമിനൽ കോംപ്ലക്സ് താവക്കര കണ്ണൂർ

CR - VV. 13 / 1659 / 4184
ISBN - 978-81-26208-24-1

ഊർജ്ജം ഒരു പഠനം

ഡോ. ബി പ്രേംലെറ്റ്

ചിന്ത പബ്ലിഷേഴ്സ്
തിരുവനന്തപുരം-695 035
വില : ₹ 105

ഡോ. ബി പ്രേംലെറ്റ്

കൊല്ലം മുണ്ടക്കൽ പുത്തൻവീട്ടിൽ ജനിച്ചു. ഭൗതിക ശാസ്ത്രം, ഗണിതശാസ്ത്രം എന്നീ വിഷയങ്ങളിൽ മാസ്റ്റർ ബിരുദം. ഭൗതികശാസ്ത്രത്തിൽ ഡോക്ടറേറ്റ്. ടി കെ എം എഞ്ചിനീയറിങ് കോളേജിലെ ഫിസിക്സ് വിഭാഗം ലക്ചറർ.

കൃതികൾ (എഞ്ചിനീയറിങ് പാഠപുസ്തകങ്ങൾ) : *Advanced Engineering Physics, Physics for Engineers, Introduction to Solid State Devices, Electromagnetic Theory with Applications, Antennas and Wave Propagation, Microwave Engineering, Introduction to Electrical Engineering* (co-author), *Electrical Engineering Materials Science* (co-author), *Optics and Solid State Physics,* എന്താണ് $\frac{d}{dx}$.

ഭാര്യ : ഡോ. കവിത എം കെ

മക്കൾ : ശരത് പ്രേം, മാളവിക പ്രേം

ഉള്ളടക്കം

ഊർജ്ജമാണഖിലസാരമൂഴിയിൽ... 7

ഊർജ്ജസ്രോതസ്സുകൾ 17

ചെറുകിട ജലവൈദ്യുതി 39

ഇന്ധനസെല്ലും കറണ്ടും വെള്ളവും 43

ജൈവഇന്ധനങ്ങൾ 58

കാറ്റിന്റെ ഊർജ്ജം 80

സൗരോർജ്ജം 86

സമുദ്രോർജ്ജം 100

ഭൗമതാപോർജ്ജം 108

ഉപസംഹാരം 112

1

ഊർജ്ജമാണഖിലസാരമൂഴിയിൽ...

ഊർജ്ജ സംബന്ധിയായ ഒട്ടേറെ വാക്കുകൾ വളരെ വ്യത്യസ്ത ങ്ങളായ അർത്ഥത്തിൽ നാം പ്രയോഗിക്കാറുണ്ട്. ഉദാഹരണമായി, ഊർജ്ജദായകം, ഊർജ്ജസ്വലത, ഊർജ്ജസംരക്ഷണം, ഊർജ്ജതാ ണ്ഡവം, ഊർജ്ജക്ഷമത, ഊർജ്ജപ്രവാഹം, ഊർജ്ജപ്രതിസന്ധി, ഊർജ്ജസുരക്ഷിതത്വം, ഊർജ്ജസ്രോതസ്സുകൾ എന്നിങ്ങനെ. ഊർജ്ജ മെന്ന് കേൾക്കുമ്പോൾ പലരിലും വ്യത്യസ്തങ്ങളായ ധാരണകളാവും ഉണ്ടാവുക. എന്നാൽ ഫിസിക്സിൽ പ്രവൃത്തിയുടെ നിർവ്വചനത്തിലൂന്നി ഊർജ്ജത്തെ കൃത്യമായി അളന്നു തിട്ടപ്പെടുത്തുവാൻ കഴിയാറുണ്ട്. അതായത് ഊർജ്ജമെന്നാൽ പ്രവൃത്തി ചെയ്യാനുള്ള കഴിവാണെന്ന് മാത്രമല്ല എത്ര പ്രവൃത്തി ചെയ്യുവാൻ കഴിയുമെന്ന് കൂടിയാണ്. എല്ലാ ഊർജ്ജരൂപങ്ങൾക്കും ഏതെങ്കിലും തരത്തിലുള്ള പ്രവൃത്തി ചെയ്യു വാൻ കഴിയും. പ്രകൃതിയിലെ എല്ലാ ചലനങ്ങളിലും ഊർജ്ജത്തിന്റെ നാനാതരത്തിലുള്ള ആവിഷ്കാരങ്ങളുണ്ട്. എല്ലാ ജീവജാലങ്ങളും അതിസങ്കീർണ്ണമായ ഊർജ്ജക്രയവിക്രയങ്ങളിലൂടെ കടന്നു പോകുന്നു. ജീവന്റെ നിലനിൽപ്പിന് ഊർജ്ജം ആഹാരത്തിലൂടെ ലഭ്യമാകുന്നു. മനു ഷ്യന്റെ എല്ലാ പ്രവൃത്തികൾക്കും ഏതെങ്കിലും തരത്തിലുള്ള ഊർജ്ജം കൂടിയേ തീരൂ. ചിലർ പ്രവൃത്തി ചെയ്യുന്നതിനാവശ്യമായ ആഹാരത്തി ലേറെ കഴിക്കുകയും മിച്ചം കൊഴുപ്പായി ശരീരത്തിൽ അടിഞ്ഞുകൂടി, വ്യായാമമില്ലാതെ പൊണ്ണത്തടിയുള്ളവരായി മാറുകയും ചെയ്യുന്ന അവ സ്ഥയുണ്ട്. ഒപ്പം മറ്റുചിലർക്ക് ആഹാരക്കുറവ് കൊണ്ട് മരണം വരെ സംഭവിക്കുന്ന സാഹചര്യങ്ങളുമുണ്ട്.

മിക്കവാറും എല്ലാ തരത്തിലുള്ള ഊർജ്ജത്തിന്റെയും ഉറവിടം സൂര്യനാണെന്ന് കാണാം. സൂര്യപ്രകാശത്തിൽനിന്ന് സസ്യങ്ങൾ പ്രകാ

ശസംശ്ലേഷണം വഴി ഊർജ്ജം ഉല്പാദിപ്പിക്കുന്നു. അത് നാം രാവിലെ കഴിച്ച ദോശയിലൂടെ ശരീരത്തിലെത്തി ഊർജ്ജമായി പരിണമിക്കുന്നു. അതുപയോഗിച്ച് നാം സംസാരിക്കുന്നു, നടക്കുന്നു, എഴുതുന്നു, കല്ല് ചുമക്കുന്നു, വണ്ടി ഓടിക്കുന്നു അങ്ങനെ പലതും ചെയ്യുന്നു. ഓടുന്ന വണ്ടിക്കും ഊർജ്ജം വേണം. അത് പെട്രോളോ ഡീസലോ ആകാം. അതും സൗരോർജ്ജത്തിൽ നിന്ന് മണ്ണടിഞ്ഞ ജൈവസമ്പത്തിലേക്ക് പകർന്ന ഊർജ്ജം തന്നെയാണ്. അങ്ങനെ നമ്മുടെ ആവാസവ്യവസ്ഥ യുടെ പ്രാഥമിക ഊർജ്ജസ്രോതസ്സ് സൂര്യൻ തന്നെ.

ആഹാരം

നമ്മുടെ ശരീരത്തിനാവശ്യമായ ഊർജ്ജം ലഭിക്കുന്നത് ആഹാര ത്തിലൂടെയാണ്. അതുകൊണ്ട് ആഹാരത്തിൽ നിന്ന് തുടങ്ങാം. ഒരാൾ രാവിലെ മൂന്ന് ദോശ കഴിച്ചുവെന്ന് കരുതുക. ഇതിലെ അരിയും ഉഴുന്നും സൗരോർജ്ജം ഉപയോഗപ്പെടുത്തിയെന്ന് നേരത്തേ സൂചിപ്പിച്ചുവല്ലോ. കാർബോഹൈഡ്രേറ്റായ ദോശ ഉമിനീരുമായി പ്രതിപ്രവർത്തിച്ച് അതിന്റെ മുപ്പത് ശതമാനത്തോളം മാൾട്ടോസ് ആയി മാറുന്നു. ആമാശ യത്തിൽ വച്ച് പ്രോട്ടീൻ അമിനോആസിഡായി മാറി ചെറുകുടലിലെ രക്തക്കുഴലുകളിലേക്ക് ആഗിരണം ചെയ്യപ്പെടുന്നു. ഇവിടെ വച്ച് ശേഷി ക്കുന്ന കാർബോഹൈഡ്രേറ്റിന്റെ ദഹനം പൂർണ്ണമാകുന്നു. ഇലിയം എന്ന ഭാഗത്ത് വച്ച് ഗ്ലൂക്കോസും അമിനോ ആസിഡും രക്തത്തിലെ പ്ലാസ്മ യിലേക്ക് പ്രവേശിക്കുന്നു. ശരീരകോശങ്ങളിൽ വച്ച് ഓക്സിജന്റെ സാന്നിദ്ധ്യത്തിൽ ജ്വലനസമാനമായ പ്രവർത്തനം നടക്കുന്നു; വാഹന ങ്ങളിലെ ആന്തരദഹന എഞ്ചിനിൽ (internal combustion engine) നട ക്കുന്നതുപോലെ. എല്ലാ കോശങ്ങളിലേക്കും രക്തം അതിന്റെ ഹീമോ ഗ്ലോബിനിൽ ചേർത്തുപിടിച്ച ഓക്സിജനുമായി കടന്നു ചെല്ലുന്നു. കോശ ങ്ങളിൽ നടക്കുന്ന സങ്കീർണ്ണമായ പ്രവർത്തനത്തെ ഇങ്ങനെ ലളിതമായി സംഗ്രഹിക്കാം.

കോശത്തിലെ സൈറ്റോപ്ലാസത്തിൽ വച്ച് ഗ്ലൂക്കോസിനെ പൈറൂ വിക് ആസിഡാക്കി മാറ്റുന്നു. അതു പിന്നീട് കോശത്തിലെ മൈറ്റോ കോൺട്രിയായിൽ പ്രവേശിച്ച് അതിനകത്തെ ക്രിസ്റ്റേയിൽ എത്തി, വിഘ ടിക്കപ്പെട്ട് കാർബൺ ഡൈ ഓക്സൈഡും ജലവുമായി മാറുന്നു. ഈ പ്രക്രിയയിൽ ലഭ്യമാകുന്ന ഊർജ്ജം അഡിനോസിൻ ട്രൈ ഫോസ്ഫേറ്റ് (എ റ്റി പി) ആയി സംഭരിക്കുന്നു. ഇതു പിന്നീട് അഡിനോസിൻ ഡൈ ഫോസ്ഫേറ്റായി (എ ഡി പി) മാറുന്ന പ്രക്രിയയിൽ ലഭ്യമാകുന്ന ഊർജ്ജം ഉപയോഗിച്ച് നാം മിണ്ടുന്നു, എഴുതുന്നു, പാറ പൊട്ടിക്കുന്നു, നടക്കുന്നു, ചിന്തിക്കുന്നു, ചുരുക്കത്തിൽ ജീവിക്കുന്നു. അങ്ങനെ മനുഷ്യ ശരീരത്തിലെ എല്ലാ പ്രവൃത്തികൾക്കും ആവശ്യമായ ഊർജ്ജം ആഹാ രത്തിലൂടെ ലഭ്യമാകുന്നു. ആവശ്യത്തിലധികമുള്ളത് കരൾ ചില പ്രത്യേക ഭാഗങ്ങളിൽ സൂക്ഷിക്കുന്നു. വേണ്ടിവരുമ്പോൾ ഇത് വീണ്ടും

ഉപയോഗിക്കുന്നു. കോശങ്ങൾക്ക് ആഹാരത്തിലൂടെയല്ലാതെ നേരിട്ട് ഊർജ്ജം പകരാൻ എന്തെങ്കിലും മാർഗ്ഗം കണ്ടെത്താനാകുമോ? സോളാർ സെല്ലിലേതുപോലെ കോശങ്ങൾക്ക് പ്രകാശത്തെ നേരിട്ട് ആഗിരണം ചെയ്ത് വിവിധ ശാരീരിക പ്രവർത്തനങ്ങൾ നിർവഹിക്കാനാകുമോ? ഒരുപക്ഷേ വരും കാലങ്ങളിൽ ഇത് സാധ്യമായേക്കാം. ഇനി വിവിധ ഊർജ്ജരൂപങ്ങളെ അടുത്തറിയാൻ ശ്രമിക്കാം.

യാന്ത്രികോർജ്ജം (Mechanical Energy)

യാന്ത്രികോർജ്ജത്തിന് ഗതികോർജ്ജമെന്നും (kinetic energy) സ്ഥാനികോർജ്ജമെന്നും (potential energy) രണ്ടു രൂപങ്ങളുണ്ട്. ഏറ്റവും അടിസ്ഥാനമായ ഒരു ഊർജ്ജരൂപമാണ് യാന്ത്രികോർജ്ജം. ഒരു വസ്തുവിന് ചലനം കൊണ്ടുണ്ടാകുന്ന ഊർജ്ജമാണ് ഗതികോർജ്ജം. പായുന്ന ബുള്ളറ്റ്, അണക്കെട്ടിൽ നിന്നും ചീറിപ്പാഞ്ഞു വരുന്ന വെള്ളം, സുനാമി, ഓടുന്ന വാഹനങ്ങൾ, കാറ്റ്, തിരമാല, സദാ ചലിച്ചുകൊണ്ടിരിക്കുന്ന തന്മാത്രകൾ അങ്ങനെ പലതും. വേഗത ഇരട്ടിയായാൽ ഗതികോർജ്ജം നാലിരട്ടിയാകും. മാസ്സ് ഇരട്ടിയായാൽ ഗതികോർജ്ജവും ഇരട്ടിയാകും. ഒരു വാതകത്തെ ചൂടാക്കുമ്പോൾ അതിലെ തന്മാത്രകളുടെ ഗതികോർജ്ജമാണ് കൂടുന്നത്. യഥാർത്ഥത്തിൽ ഒരു വാതകത്തിലെ തന്മാ

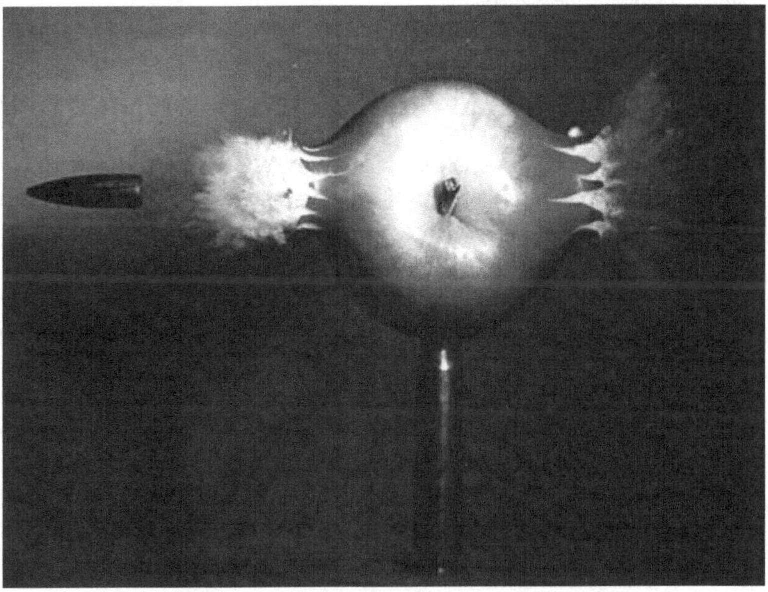

*ആപ്പിൾ തുരന്ന് ചീറിപ്പായുന്ന ബുള്ളറ്റ്.
ബുള്ളറ്റിന്റെ ഗതികോർജ്ജത്തിൽ ഒരുഭാഗം ആപ്പിളിനെ
വികൃതമാക്കാൻ ഉപയോഗിച്ചു.*

ത്രകളുടെ ശരാശരി ഗതികോർജ്ജത്തിന്റെ അളവാണ് അതിന്റെ ഊഷ്മാവ് (temperature). ഉയർന്ന ഊഷ്മാവിലുള്ള വാതകമെന്നാൽ താരതമ്യേന കൂടിയ വേഗതയിലുള്ള തന്മാത്രകളാണുള്ളത് എന്നർത്ഥം. ഒരു വാതകത്തെ ശീതീകരിക്കുകയെന്നാൽ അതിലെ തന്മാത്രകളുടെ വേഗത കുറയ്ക്കുക എന്നാണ് വിവക്ഷ. ഊഷ്മാവ് കൂടുന്തോറും തന്മാത്രകൾ കൂടുതൽ അനിയതമായി (chaotic) ചലിക്കുന്നു. ഒരു വാതകത്തിലെ, ഉദാഹരണമായി നീരാവിയിൽ തന്മാത്രകളുടെ അനിയതമായ ചലനമാണ് താപത്തിന്റെ സ്രോതസ്സ്. നീരാവി ഒരു ജനറേറ്ററിന്റെ ടർബൈൻ തിരിച്ചുകഴിയുമ്പോൾ നീരാവിയിലെ തന്മാത്രകളുടെ ശരാശരി വേഗത കുറയുന്നു; ഊഷ്മാവ് കുറയുന്നു. അങ്ങനെ തന്മാത്രകൾ കുറച്ചുകൂടി ക്രമമുള്ളതായി തീരുന്നു. ഇപ്രകാരം ക്രമമില്ലാത്ത ചലനത്തിൽ നിന്നും കൂടുതൽ ക്രമമായ ചലനത്തിലേക്ക് മാറുമ്പോൾ നമുക്ക് കിട്ടുന്ന ഊർജ്ജരൂപമാണ് താപം. കണികകളുടെ ക്രമമില്ലാത്ത ചലനത്തിലെ ഊർജ്ജമാണ് താപം. തന്മാത്രകളുടെ ഗതികോർജ്ജവുമായി ബന്ധപ്പെട്ടിരിക്കുന്നു അതിന്റെ താപവും ഊഷ്മാവും. ഒരു ആന്തരദഹന എഞ്ചിനിൽ ഇന്ധനം കത്തുമ്പോൾ അതിശീഘ്രഗതിയുള്ള വാതക തന്മാത്രകൾ ഉണ്ടാകുന്നു. ഈ ക്രമമില്ലാതെ ചലിക്കുന്ന തന്മാത്രകളാണ് പിസ്റ്റണിനെ ചലിപ്പിക്കുന്നത്. അങ്ങനെ താപത്തിൽ നിന്നും വാഹനത്തിന് ഗതികോർജ്ജമുണ്ടായി.

ഒരു വസ്തുവിന്റെ സ്ഥാനം കൊണ്ടോ ആയാസാവസ്ഥ (state of strain) കൊണ്ടോ ലഭിക്കുന്ന ഊർജ്ജമാണ് സ്ഥാനികോർജ്ജം (potential energy). ഉയരത്തിലിരിക്കുന്ന എല്ലാ വസ്തുക്കൾക്കും ഗുരുത്വാകർഷണം മൂലം സ്ഥാനികോർജ്ജമുണ്ട്. അണക്കെട്ടിൽ കെട്ടിനിർത്തിയിരിക്കുന്ന വെള്ളം, മലമുകളിലെ കല്ല്, താക്കോൽ കൊടുത്ത വാച്ചിലെയും കളിപ്പാട്ടങ്ങളിലെയും സ്പ്രിംഗ്, മാരുതികാറിലെ സസ്പെൻഷൻ സ്പ്രിംഗ്, ലോറിയിലെ സ്പ്രിംഗ് പ്ലേറ്റ്, പിരിച്ച് വച്ചിരിക്കുന്ന ലോഹദണ്ഡ് തുടങ്ങിയവ ഉദാഹരണങ്ങളാണ്. കുലച്ച വില്ലിൽ സ്ഥാനികോർജ്ജമുണ്ട്. മനുഷ്യൻ ഒരുപക്ഷേ ആദ്യമായി സങ്കേതികമായി സ്ഥാനികോർജ്ജം പ്രയോജനപ്പെടുത്തിയത് അമ്പും വില്ലും പ്രയോഗത്തിലാണ്. കുലച്ച വില്ലിലെ സ്ഥാനികോർജ്ജം തൊടുത്തുവിട്ട അമ്പിലെ ഗതികോർജ്ജമായി മാറി. ചാർജ്ജുകൾക്ക് വൈദ്യുതക്ഷേത്രത്തിൽ (electric field) സ്ഥാനികോർജ്ജമുണ്ട്. പോസിറ്റീവ് ചാർജ്ജിന് പോസിറ്റീവ് ടെർമിനലിൽ ഉയർന്ന സ്ഥാനികോർജ്ജമുണ്ട്. ഉദാഹരണം ഒരു ബാറ്ററിയുടെ പോസിറ്റീവും നെഗറ്റീവും ടെർമിനലുകൾ ഒരു ചാലകം കൊണ്ട് ബന്ധിച്ചാൽ പോസിറ്റീവ് ചാർജ്ജ് പോസിറ്റീവ് ടെർമിനലിൽ നിന്ന് സ്ഥാനികോർജ്ജം കുറഞ്ഞ നെഗറ്റീവ് ടെർമിനലിലേക്ക് ഒഴുകുന്നു.

മനുഷ്യൻ ഉറ്റുനോക്കുന്നത് പ്രയോജനപ്രദമായ ഊർജ്ജമാറ്റങ്ങളാണ്. അതായത് ഊർജ്ജസ്രോതസ്സുകളെ വരുതിയിലാക്കി നമുക്കു പ്രയോജനമുള്ള ഊർജ്ജരൂപത്തിലാക്കുക. ആകെയുള്ള ഊർജ്ജം

സ്ഥിരമാണ്. ഊർജ്ജത്തെ സൃഷ്ടിക്കാനോ സംഹരിക്കാനോ സാധ്യമല്ല. രൂപഭേദം മാത്രം സാധ്യമാണ്. ഇതാണ് ഊർജ്ജസംരക്ഷണ നിയമം. ഇത് കണ്ടെത്തിയത് ലവോസിയർ ആണ്. കുലച്ച വില്ലിൽ സ്ഥാനികോർജ്ജമുണ്ട്. മൃഗങ്ങളെ വേട്ടയാടാൻ ഇതിന് അത്ര പ്രയോജനമില്ല. മറിച്ച് അമ്പ് തൊടുത്തപ്പോൾ ചീറിപ്പാഞ്ഞു ചെന്ന് ലക്ഷ്യത്തിൽ പതിച്ചു. ഇവിടെ അമ്പിന്റെ ഗതികോർജ്ജമാണ് ഉപയോഗപ്പെടുത്തിയത്. ഒരു ബുള്ളറ്റ് എടുത്ത് എറിയാം. സാരമായി ഒന്നും സംഭവിക്കില്ല. എന്നാൽ നിറയൊഴിച്ചാൽ 800 മി/സെക്കന്റിൽ പാഞ്ഞ് നാശം വിതയ്ക്കും. അതുപോലെ തന്നെ അണക്കെട്ടിലെ വെള്ളം കുത്തിയൊലിച്ച് സ്ഥാനികോർജ്ജം ഗതികോർജ്ജമായി ടർബൈൻ തിരിക്കുന്നു. വാച്ചിലും സ്പ്രിംഗിലെ സ്ഥാനികോർജ്ജം സൂചിയുടെ താളാത്മകമായ ഭ്രമണചലനമായി കാലപ്രവാഹം കാണിക്കുന്നു. സൂര്യതാപമേറ്റ് മരണം വരെ സംഭവിക്കാം. മറിച്ച് സൂര്യപ്രകാശം സോളാർ പാനലിൽ വീണാൽ വൈദ്യുതിയാകും. അതുപയോഗിച്ച് ബൾബ് കത്തിക്കാം. ഇവിടെ സൂര്യവികിരണത്തിൽ അടങ്ങിയ വൈദ്യുതകാന്തിക ഊർജ്ജം നമ്മൾ വൈദ്യുതോർജ്ജമാക്കി മാറ്റി സൗകര്യമായി ഉപയോഗിക്കുന്നു. ഇങ്ങനെ ഒരു ഊർജ്ജരൂപത്തെ എന്തെങ്കിലും പ്രക്രിയ വഴി നമുക്ക് പ്രയോജനപ്രദമായ മറ്റ് രൂപങ്ങളിലേക്ക് മാറ്റാൻ കഴിയുമോ എന്നാണ് നാം തിരയുന്നത്. രാത്രികാലത്ത് ചൂട്ട് കത്തിച്ചുപിടിച്ച് സൈക്കിൾ ചവിട്ടാൻ പ്രയാസമാണ്. കറങ്ങുന്ന ചക്രത്തിനോടുചേർത്ത് ഒരു ഡൈനാമോ കറക്കി വൈദ്യുതി ഉല്പാദിപ്പിച്ച് ബൾബ് തെളിച്ച് രാത്രി സൈക്കിളോടിക്കുന്നു. ഇവിടെ യാന്ത്രികോർജ്ജത്തെയാണ് വൈദ്യുതോർജ്ജമാക്കി മാറ്റിയത്. അതുപോലെ കാറ്റത്ത് കാറ്റാടി വെച്ച് കാറ്റിലെ ഗതികോർജ്ജത്തെ വൈദ്യുതോർജ്ജമാക്കി മാറ്റുന്നു. ഒരു ഊർജ്ജരൂപം സ്വീകരിക്കുമ്പോൾ ഒരു വസ്തുവിലോ വ്യൂഹ (system) ത്തിലോ എഞ്ചിനിലോ ചില മാറ്റങ്ങൾ നടക്കും. അതിന്റെ ഫലമായി ലഭിക്കുന്ന ഊർജ്ജരൂപം ഉദ്ദിഷ്ടകാര്യസാധ്യമാക്കാം. ഇന്ധനം കത്തിക്കുമ്പോൾ അതിലടങ്ങിയ രാസോർജ്ജം താപോർജ്ജമാകുന്നു. അതുപിന്നീട് വാഹനത്തിന്റെ ഗതികോർജ്ജമാക്കി നമ്മൾ യാത്രചെയ്യുന്നു. ഊർജ്ജം തന്നെ കിട്ടണമെന്നില്ല. ഇന്ധനം കിട്ടിയാലും മതി. ഭക്ഷണാവശിഷ്ടങ്ങൾ ബയോഗ്യാസ് പ്ലാന്റിൽ വച്ച് രണ്ടാഴ്ച കഴിഞ്ഞ് ബാക്ടീരിയായുടെ പ്രവർത്തനഫലമായി ബയോഗ്യാസ് കിട്ടുന്നു. ഇതൊരു നല്ല ഇന്ധനമാണ്. നാട്ടിൽ വെയിലും തണലുമുണ്ട്. ഊഷ്മാവ് വ്യത്യാസമുണ്ട്. ഇതിൽ നിന്നും ഊർജ്ജം നേടാനാവുമോ? സിബെക് എന്ന് ശാസ്ത്രജ്ഞൻ നൂറ്റാണ്ടുകൾക്ക് മുമ്പ് ഇത് സാധ്യമാണെന്ന് കാണിച്ചു. ഇരുമ്പും ചെമ്പും കമ്പികൾ രണ്ടഗ്രം കൂട്ടി ചേർക്കുക. അതായത് ഇരുമ്പും ചെമ്പും ചേരുന്ന രണ്ട് ജംഗ്ഷനുകൾ ഉണ്ട്. ഇതിൽ ഒന്ന് ഊഷ്മാവ് കൂടിയ സ്ഥലത്തും അടുത്തത് ഊഷ്മാവ് കുറഞ്ഞ സ്ഥലത്തും വയ്ക്കുക. കമ്പിയിൽ വൈദ്യുതി ഉണ്ടാകും. ഇതാണ് താപവൈദ്യുതി. ഈ പ്രതിഭാസത്തെ

സിബെക്പ്രഭാവം എന്നു വിളിക്കുന്നു. ഇവിടെ താപോർജ്ജം നേരിട്ട് വൈദ്യുതോർജ്ജമായി മാറുന്നു. മിന്നാമിനുങ്ങിൽ രാസോർജ്ജം പ്രകാശോർജ്ജമായി മാറുന്നു.അന്വേഷിക്കേണ്ടതിതാണ്. എന്ത് പ്രക്രിയ നടത്തിയാൽ നാം നേരിട്ട് ഉപയോഗിക്കാത്ത അല്ലെങ്കിൽ കൂടുതൽ പ്രയോജനപ്രദമല്ലാത്ത ഊർജ്ജത്തെ കൂടുതൽ പ്രയോഗസാധ്യതയുള്ള ഊർജ്ജമാക്കി മാറ്റാം. ഊർജ്ജമാറ്റങ്ങളുടെ സാധ്യതകൾ ചുറ്റും തിരയുക. നാട്ടിൽ ശബ്ദമലിനീകരണത്തിന് ഒരു കുറവുമില്ല. ഈ ശബ്ദോർജ്ജം വൈദ്യുതോർജ്ജമാക്കി മാറ്റാൻ കഴിയുമോ? കണ്ടുപിടിക്കുക. മൈക്രോഫോൺ ഒരു മാർഗ്ഗമാണ്. ഇത്തരം അന്വേഷണങ്ങളെയും കണ്ടെത്തലുകളെയും ഗവേഷണമെന്ന് വിളിക്കുന്നു.

താപോർജ്ജം

ഊർജ്ജത്തിന്റെ പ്രയോഗങ്ങളിൽ ഏറെയും ജ്വലനത്തിലൂടെയാണ് സാധ്യമാകുന്നത്. ഒരിന്ധനം ഓക്സിജനുമായി പ്രതിപ്രവർത്തിച്ച് ജ്വലനമുണ്ടാകുന്നു. ഇന്ധനത്തിലടങ്ങിയിരുന്ന രാസോർജ്ജം ഗണ്യമായ തോതിൽ താപോർജ്ജമായി പരിണമിക്കുന്നു. ശരീരകോശങ്ങളിലും ഒരുതരം ജ്വലനമാണ് നടക്കുന്നത്. മിക്ക വാഹനങ്ങളിലും പെട്രോളും വായുവും കലർന്ന മിശ്രിതം ഒരു സിലിണ്ടറിൽ മർദ്ദിച്ചൊതുക്കി സ്പാർക്ക് കൊടുത്ത് ജ്വലിപ്പിക്കുന്നു. ഇതിന്റെ ഫലമായുണ്ടാകുന്ന ഉന്നത മർദ്ദത്തിൽ സിലിണ്ടറിലെ പിസ്റ്റൺ നീങ്ങുന്നു. വിവിധ പിസ്റ്റണുകളിലെ ചലനങ്ങളെ ഏകോപിപ്പിച്ച് ക്രാങ്ക്ഷാഫ്റ്റിന്റെ കറക്കമായി മാറ്റുന്നു. അങ്ങനെ കാറിന്റെ ചക്രങ്ങൾ കറങ്ങുന്നു. ഇതിന് സമാനമായ ചലനമാണ് തയ്യൽ മെഷീനിൽ നടക്കുന്നത്. അതിന്റെ ചവിട്ടുപടിയിൽ പ്രയോഗിക്കുന്ന ആവർത്തിതബലം ഭ്രമണചലനമായി മാറുന്നു. സൂര്യനിൽ ന്യൂക്ലിയർ ഫിഷനിലൂടെ താപോർജ്ജം ഉണ്ടാകുന്നു. അങ്ങനെ സൗരോർജ്ജം കാറ്റും വെളിച്ചവും തിരയും തിരമാലയും മഴയും മഴവില്ലുമുണ്ടാക്കുന്നു. നീരാവിയിലെ താപോർജ്ജം പുട്ടിലും തീവണ്ടിയിലും വൈദ്യുതജനറേറ്ററിലും ഉപയോഗിക്കുന്നു. പ്രഷർകുക്കറിൽ ഉന്നതമർദ്ദത്തിലെ നീരാവി വെള്ളത്തിന്റെ ബോയിലിംഗ് പോയിന്റ് 100–ൽ നിന്ന് 125 ഡിഗ്രി സെൽഷ്യസോളം ഉയർത്തി പാചകം എളുപ്പത്തിലാക്കി ഇന്ധനച്ചെലവ് അത്ഭുതകരമായി കുറയ്ക്കുന്നു.

രാസോർജ്ജം

എല്ലാ ഇന്ധനങ്ങളും ഉദാഹരണമായി പെട്രോൾ, എൽ.പി.ജി., ബയോഗ്യാസ്, പ്രകൃതിവാതകം, കൽക്കരി മുതലായവ ജ്വലിക്കുമ്പോൾ രാസോർജ്ജം താപോർജ്ജമായി മാറുന്നു. അതുപോലെ ബാറ്ററികളിൽ അതിലെ രാസപദാർത്ഥങ്ങളിലെ രാസോർജ്ജം വൈദ്യുതോർജ്ജമായി മാറുന്നു. ശരീരകോശങ്ങളിൽ രാസമാറ്റങ്ങളായി ഊർജ്ജം ശേഖരിക്കുന്നു. തന്മാത്രകളിൽ അതിന്റെ രാസബന്ധന (chemical bond)മായി രാ

സോർജ്ജം നിലനിൽക്കുന്നു. കരിമരുന്ന് പ്രയോഗത്തിൽ രാസോർജ്ജം ശബ്ദവും വെളിച്ചവും ചലനവുമായി മാറുന്നു.

വൈദ്യുതകാന്തികോർജ്ജം

സൗരോർജ്ജമെന്നത് വൈദ്യുതകാന്തിക ഊർജ്ജമാണ്. അതായത് സൗരവികിരണമെന്നത് വൈദ്യുതകാന്തിക തരംഗങ്ങളാണ്. അതടങ്ങിയ ഊർജ്ജമാണ് നമുക്ക് ലഭിക്കുക. ചുവപ്പിനേക്കാളും തരംഗ ദൈർഘ്യം കൂടിയ ഇൻഫ്രാറെഡ് വികിരണങ്ങളാണ് താപവികിരണങ്ങൾ (heat radiation). അൾട്രാവയലറ്റിന് വയലറ്റിനേക്കാൾ തരംഗ ദൈർഘ്യം കുറവാണ്. ഓസോൺ പാളിയെ ബാധിക്കുന്നത് ഇതാണ്. ഈ രണ്ട് വികിരണങ്ങളിലും നമുക്ക് വസ്തുക്കളെ കാണാനാവില്ല. ബാക്കിയുള്ള ഏഴു നിറങ്ങളെക്കുറിച്ച് നമുക്കറിയാം. പ്രകാശത്തെ നമുക്ക് കാണാൻ കഴിയില്ലാന്ന് അറിയാമല്ലോ. വസ്തുക്കളിൽ നിന്ന് പ്രതിഫലിച്ച് വരുന്ന പ്രകാശത്തിലടങ്ങിയ തീവ്രത വ്യത്യാസം, ഫേസ് വ്യത്യാസം തുടങ്ങിയവ കണ്ണിലുണ്ടാക്കുന്ന മാറ്റങ്ങൾ നാഡികളിലൂടെ വൈദ്യുതകാന്തിക തരംഗമായി തലച്ചോറിൽ എത്തുകയും അപഗ്രഥനം നടക്കുകയും ചെയ്യുന്നു. അങ്ങനെ തലച്ചോറിൽ വസ്തുവിന്റെ ചിത്രം ഉരുത്തിരിയുന്നു. ഇതൊക്കെ പഠിക്കുന്ന ശാഖയാണ് ന്യൂറോഫിസിക്സ്.

നാം കാണുകയും കേൾക്കുകയും ചെയ്യുന്നത് വൈദ്യുതകാന്തിക തരംഗങ്ങളുടെ സഹായത്താലാണ്. ശബ്ദതരംഗങ്ങൾ കർണ്ണപുടങ്ങളിൽ വരുത്തുന്ന മർദ്ദവ്യത്യാസത്തിനനുസരിച്ച് വൈദ്യുതകാന്തിക തരംഗങ്ങൾ (electromagnetic waves : EM waves) തലച്ചോറിൽ എത്തുന്നു. തലച്ചോറ് ഈ തരംഗങ്ങളെ അപഗ്രഥിച്ച് ശബ്ദത്തിന്റെ സ്ഥായി (pitch), തീവ്രത (intensity), നാദം (timbre) എന്നിവ തിരിച്ചറിയുന്നു. ഒരേ ശ്രുതിയിൽ രണ്ടുപേർ പാടിയാലും നമുക്ക് അവരെ തിരിച്ചറിയാം, കാരണം നാദം വ്യത്യസ്തമായിരിക്കും.

വൈദ്യുതകാന്തിക സ്പെക്ട്രം എന്ന വലിയ കുടുംബത്തിലെ ചെറിയ അംഗമാണ് പ്രകാശം. റേഡിയോതരംഗങ്ങൾ, മൈക്രോവേവ്, ഇൻഫ്രാറെഡ്, അൾട്രാവയലറ്റ്, X-കിരണങ്ങൾ, ഗാമാകിരണങ്ങൾ ചില കോസ്മിക്കിരണങ്ങൾ എന്നിവയാണ് മറ്റംഗങ്ങൾ. ഇവിടെ തരംഗ ദൈർഘ്യം കുറയുന്ന ക്രമത്തിലാണ് കൊടുത്തിരിക്കുന്നത്. ഇവയെ തരംഗങ്ങളല്ലാതെയും കണക്കാക്കാം, പ്രത്യേകിച്ച് പ്രകാശം ദ്രവ്യവുമായി അന്യോന്യക്രിയയിൽ ആകുമ്പോൾ. വളരെ ചെറിയ ഊർജ്ജപായ്ക്കറ്റ് അതായത് ഫോട്ടോൺ കണികകളായി പ്രകാശവേഗതയിൽ സഞ്ചരിക്കുന്നു. ഈ ആശയം മുന്നോട്ടുവെച്ചത് ഐൻസ്റ്റീൻ ആണ് (1905). ഫോട്ടോഇലക്ട്രിക് പ്രഭാവം വിശദീകരിക്കുന്നതിനായിട്ടാണ് ഫോട്ടോൺ തിയറി കൊണ്ടുവന്നത്. ഇതനുസരിച്ച് f ആവൃത്തിയിലുള്ള ഒരു EM തരംഗത്തിലെ ഫോട്ടോണിന്റെ ഊർജ്ജം $E = hf$ എന്നാകുന്നു. h എന്നതു പ്ലാങ്ക് സ്ഥിരാങ്കം. കൂടുതൽ ആവൃത്തിയുള്ള തരംഗങ്ങൾക്കാണ് കൂടു

തൽ ഊർജ്ജം. വയലറ്റിന് ചുവപ്പിനേക്കാൾ ഊർജ്ജമുണ്ട്. നമ്മൾ കാണുകയും കേൾക്കുകയും ചെയ്യുന്നത് മാത്രമല്ല, കാണിക്കുകയും കേൾപ്പിക്കുകയും ചെയ്യുന്ന എല്ലാത്തിലും അതായത് എല്ലാ വാർത്താ വിനിമയ സമ്പ്രദായങ്ങളിലും വൈദ്യുതകാന്തിക തരംഗങ്ങളും അതിലെ ഊർജ്ജവുമാണ് പ്രയോജനപ്പെടുത്തുന്നത്. ഉദാഹരണം റേഡിയോ, ടി വി, ഇന്റർനെറ്റ്, മൊബൈൽ, സ്കാൻ, തുടങ്ങിയവ. സൗരോർജ്ജമെന്നാൽ ഫോട്ടോണുകളിൽ അടങ്ങിയ ഊർജ്ജരൂപം. സോളാർ സെല്ലുകൾ ഉപയോഗിച്ച് ഈ ഫോട്ടോണുകളെ ആഗിരണം ചെയ്ത് വൈദ്യുത പ്രവാഹമാക്കി മാറ്റുന്നു. മൈക്രോവേവ് ഓവനിലുള്ള മാഗ്നിട്രോൺ എന്ന ഉപകരണം 1450 MHz ഉള്ള വൈദ്യുതകാന്തിക തരംഗങ്ങൾ (മൈക്രോ വേവ്) ഉല്പാദിപ്പിക്കുന്നു. ഈ കിരണങ്ങൾ, ഓവനിൽ ഇരിക്കുന്ന പാചകം ചെയ്യേണ്ടുന്ന പദാർത്ഥത്തിലെ ജലതന്മാത്രകൾ ആഗിരണം ചെയ്യുന്നു. അതിന്റെ ഫലമായി ജലതന്മാത്രകൾ അതിദ്രുതചലനത്തിന് വിധേയമാവുകയും താപം ഉണ്ടാവുകയും ചെയ്യുന്നു. അങ്ങനെ ഭക്ഷണം പാകം ചെയ്യപ്പെടുന്നു. ഇവിടെയും വൈദ്യുതകാന്തിക തരംഗങ്ങളുടെ താപപ്രഭാവമാണ് പ്രയോജനപ്പെടുത്തിയത്. റഡാർ പ്രവർത്തിപ്പിക്കുന്നതിനിടയിൽ സ്പെൻസർ എന്ന ശാസ്ത്രജ്ഞന്റെ പോക്കറ്റിൽ കിടന്ന കപ്പലണ്ടിമിഠായി ചൂടായത് മനസ്സിലാക്കിയപ്പോഴാണ് ഓവന്റെ നിർമ്മാണത്തിന് വഴി ഒരുങ്ങിയത്.

ന്യൂക്ലിയർ ഊർജ്ജം

സൂര്യൻ ഉൾപ്പെടെ കോടാനുകോടി നക്ഷത്രങ്ങളിലെയും ഊർജ്ജത്തിന്റെ ഉറവിടം ന്യൂക്ലിയർ ഫ്യൂഷൻ ആകുന്നു. മിക്ക വികസിത രാജ്യങ്ങളിലും ഒരു വലിയ അളവ് ഊർജ്ജം ആണവറിയാക്ടർ വഴി ന്യൂക്ലിയർ ഫിഷൻ നടത്തി നേടുന്നു. സൂര്യനിൽ ഹൈഡ്രജൻ സംയോജിച്ച് ഹീലിയം ന്യൂക്ലിയസ്സാകുമ്പോൾ അല്പം മാസ് കുറയും. ഇത് ഊർജ്ജമായി മാറുന്നു. ഇതിനെക്കുറിച്ച് കൂടുതൽ പിന്നീട് പ്രതിപാദിക്കുന്നുണ്ട്.

വൈദ്യുതോർജ്ജം

ഒരുപക്ഷേ ആഗോളതലത്തിൽ മനുഷ്യർ ഏറ്റവുമധികം ആശ്രയിക്കുന്നത് വൈദ്യുതോർജ്ജത്തെയാണ്. ആഹാരം പാകംചെയ്യാനും സൂക്ഷിച്ചുവയ്ക്കാനും ചൂടാക്കാനും വസ്ത്രങ്ങൾ അലക്കി തേയ്ക്കാനും മുറി ശീതീകരിക്കാനും നാം വൈദ്യുതിയെ ആശ്രയിക്കുന്നു. അതുപോലെ തന്നെ വെള്ളം ചൂടാക്കാനും വെളിച്ചമുണ്ടാക്കാനും വൈദ്യുതി ഉപയോഗിക്കുന്നു. സി.ഡിപ്ലെയർ, കമ്പ്യൂട്ടർ, മൈക്രോവേവ് ഓവൻ, ഹീറ്റർ, വാക്വം ക്ലീനർ, വാട്ടർപമ്പ്, ടി.വി., റേഡിയോ, സെൽഫോൺ, വീഡിയോ, ഗ്രൈൻഡർ, മിക്സി തുടങ്ങിയവയെല്ലാം തന്നെ ഗാർഹിക വൈദ്യുതോപകരണങ്ങളാണ്. ചുരുക്കത്തിൽ ഒട്ടുമിക്ക നഗരങ്ങളിലും ചുരുക്കത്തിൽ ആട്ടാനും അരയ്ക്കാനും പൊടിക്കാനും പാട്ടുകേൾക്കാനും

പടംകാണാനും കാറ്റുകൊള്ളാനുമെല്ലാം വൈദ്യുതോർജ്ജമാണ് പ്രയോഗിക്കുന്നത്. കേരളത്തിൽ 34% വൈദ്യുതിയും ഗാർഹിക ആവശ്യങ്ങൾക്കായി ഉപയോഗിക്കുന്നു. ദേശീയതലത്തിൽ ഇത് 11% ആകുന്നു. ഏകദേശം 88 ലക്ഷം ഉപഭോക്താക്കൾ കേരളത്തിലുണ്ട്. താമസിയാതെ ഇത് ഒരു കോടിയാകും. നമുക്ക് വേണ്ടുന്ന വൈദ്യുതിയുടെ പകുതി മാത്രമേ ഇവിടെ ഉല്പാദിപ്പിക്കുന്നുള്ളു.

മിക്ക വൈദ്യുതി ഉല്പാദനവും നടത്തുന്നത് വൈദ്യുത ജനറേറ്റർ വഴിയാണ്. ഒരു കാന്തിക (magnetic field) ക്ഷേത്രത്തിൽ ഒരു കോയിൽ കറക്കി അതിന്റെ രണ്ട് അഗ്രങ്ങളിൽ (terminals) പൊട്ടൻഷ്യൽ വ്യത്യാസം ഉണ്ടാക്കുന്നു. അതായത് ജനറേറ്ററിന്റെ ആർമേച്ചറിലെ രണ്ട് അഗ്രങ്ങളിൽ ഇലക്ട്രോമോട്ടീവ് ഫോഴ്സ് (ചുരുക്കി ഇ.എം.എഫ്.) ഉണ്ടാകുന്നു എന്നു പറയുന്നു. ഒരു ബാറ്ററിയിലെ രണ്ട് ടെർമിനലുകൾ പോലെ. അങ്ങനെ വൈദ്യുത ജനറേറ്ററിന് ഉപകരണങ്ങളിൽ വൈദ്യുതപ്രവാഹം ഉണ്ടാക്കുവാൻ കഴിയും.

ജലവൈദ്യുതപദ്ധതികളിൽ കുത്തനെ ഒഴുകി വരുന്ന വെള്ളത്തിന്റെ ഗതികോർജ്ജം ടർബൈൻ തിരിക്കുന്നതിന് ഉപയോഗിക്കുന്നു. തിരിയുന്ന ടർബൈൻ ജനറേറ്ററിലെ ആർമേച്ചറിനെ കറക്കുന്നു. ഫാരഡെയുടെ നിയമമനുസരിച്ച് കാന്തിക ഫ്ളക്സ് മാറുന്ന നിരക്കിന് ആനുപാതികമായി emf ഉണ്ടാകുന്നു. സൈക്കിൾ വേഗത്തിൽ ഓടിക്കുമ്പോൾ ഡൈനാമോ അതിവേഗത്തിൽ തിരിയുകയും ബൾബ് കൂടുതൽ പ്രകാശിക്കുകയും ചെയ്യുന്നത് അനുഭവമുള്ള കാര്യമാണല്ലോ. ആർമേച്ചർ തിരിക്കുന്നതിനായി കാറ്റിന്റെ ശക്തിയോ, തിരമാലയുടെ ശക്തിയോ ആണവ റിയാക്ടറിലേതുപോലെ നീരാവിയുടെ ശക്തിയോ ഉപയോഗിക്കാം. ന്യൂക്ലിയർ റിയാക്ടറിൽ ഉല്പാദിപ്പിക്കപ്പെടുന്ന അതിഭീമമായ താപത്തിൽ ബോയിലറിലെ വെള്ളം നീരാവിയാക്കി ഉപയോഗിക്കുന്നു.

ഊർജ്ജമാണഖിലസാരമൂഴിയിൽ
ഏകശക്തിയാം ചൈതന്യമായ്
സൂര്യ തേജസ്സായി വെളിച്ചമായ്
വിദ്യുത്കാന്തിക തരംഗമായി
ഇരുളിന്റെ വൈരിയായി
അറിവിന്റെ പര്യായമായി
ജൈവചലനത്തിനാധാരമായി
ചലനമായി രാസമാറ്റങ്ങളായി
ചീറിപ്പായുന്ന ബുള്ളറ്റായി
സുനാമിയായി കത്രീനയായി
യമദേവന്റരുമശിഷ്യരായി
ആയാസമായി ഡാമിലെ വെള്ളമായി
കറണ്ടിന്നാധാരമായി

ചുരുങ്ങിയ സ്പ്രിംഗിലായി
വാച്ചിലും ക്ലോക്കിലും പെൻഡുലത്തിലും
നടനത്തിനായി നടത്തത്തിനായി
കോശങ്ങളിൽ എറ്റിപി എഡിപി മാറ്റത്തിലായി
രാസമാറ്റത്തിലെ കറണ്ടുമായി
സെല്ലിൽ, വോൾട്ടാ സെല്ലിൽ
സൗരോർജ്ജം മാറി കറണ്ടായി
സോളാർ സെല്ലായി
ഇന്ധനസെല്ലിൻ കാറായിമാറി
കാട്ടാവണക്കെണ്ണയൊരെസ്റ്ററിഫിക്കേഷൻ
ഡീസലും ചേർത്ത് ബയോഡീസലാക്കി
കാറ്റായി വെയിലായി കാറ്റാടിയിലെ ഊർജ്ജമായി
ഊർജ്ജം ദ്രവ്യമായി ദ്രവ്യം ഊർജ്ജമായി
ഐൻസ്റ്റീന്റെ ഇ സമം എംസി സ്ക്വയറായി
ബോംബായി, ന്യൂക്ലിയർ റിയാക്ടറായി
കത്തിച്ച് ബൾബ്, വേവിച്ച്
പച്ചരിക്കഞ്ഞിയായി
തണുപ്പിച്ചും തപിപ്പിച്ചും
കുളിർപ്പിക്കുന്നോരൂർജ്ജം
രസിപ്പിക്കുന്നു നമ്മെ വിഡ്ഢിത്ത-
രങ്ങളിലൂടീ ടീവിപ്പെട്ടി.
ഊർജ്ജമാണഖിലസാരമൂഴിയിൽ
ഏക ശക്തിയാം ചൈതന്യമായ്.

2

ഊർജ്ജസ്രോതസ്സുകൾ

പ്രധാനപ്പെട്ട ഊർജ്ജരൂപങ്ങളായ താപോർജ്ജം, വൈദ്യുതോർജ്ജം, രാസോർജ്ജം, സൗരോർജ്ജം മുതലായവയെക്കുറിച്ച് കഴിഞ്ഞ അധ്യായത്തിൽ പ്രതിപാദിച്ചു. എന്തൊക്കെയാണ് മേൽപറഞ്ഞ ഊർജ്ജങ്ങളുടെ ഉറവിടങ്ങൾ അഥവാ സ്രോതസ്സുകൾ (sources)? തികച്ചും വ്യത്യസ്തങ്ങളായ ഊർജ്ജസ്രോതസ്സുകൾ ഇതിനകം കണ്ടെത്തി ഉപയോഗപ്പെടുത്തിക്കൊണ്ടിരിക്കുന്നു. പരിസ്ഥിതിസൗഹൃദപരവും പുതുക്കപ്പെടുന്നതുമായ ഊർജ്ജസ്രോതസ്സുകൾ തേടിയുള്ള പ്രയാണത്തിലാണ് ലോകം.

കാറ്റും മഴയും വെയിലും തിരയും കരിയും കൽക്കരിയും എണ്ണകളും പ്രകൃതി വാതകങ്ങളും വേലിയേറ്റയിറക്കങ്ങളും നീരുറവയുമെല്ലാം ഊർജ്ജസ്രോതസ്സുകളാണ്.

കാറ്റ് ഒരു ഊർജ്ജസ്രോതസ്സാണ്. കാറ്റിൽ കാറ്റാടി വെച്ചാൽ വൈദ്യുതോർജ്ജം കിട്ടും. മഴവെള്ളം ഒഴുകിയിറങ്ങി ഇടുക്കി അണക്കെട്ടിലെത്തി കറണ്ടുതരുന്നു. ജലവൈദ്യുത പദ്ധതി, പെട്രോളിയം, കൽക്കരി, ലിഗ്നൈറ്റ്, സൗരോർജ്ജം, ആണവോർജ്ജം തുടങ്ങിയവയാണ് വൻകിട ഊർജ്ജസ്രോതസ്സുകൾ. സൗകര്യപൂർവ്വം ഊർജ്ജസ്രോതസ്സുകളെ പല മാനദണ്ഡങ്ങളിലും തരംതിരിച്ചിട്ടുണ്ട്. ആദ്യകാലങ്ങളിൽ പാരമ്പര്യ ഊർജ്ജസ്രോതസ്സുകളെന്നും പാരമ്പര്യേതര ഊർജ്ജസ്രോതസ്സുകളെന്നുമായിരുന്നു വേർതിരിവ്. എന്നാൽ ആനുകാലികമായി കൂടുതൽ അംഗീകരിക്കപ്പെട്ടുവരുന്ന തരംതിരിവ് ഇതാണ് :

(i) പുതുക്കപ്പെടാത്ത ഊർജ്ജസ്രോതസ്സുകൾ

(ii) പുതുക്കപ്പെടുന്ന ഊർജ്ജസ്രോതസ്സുകൾ

ഇതിൽ പഴയതും പുതിയതും ഉണ്ട്.

പുതുക്കപ്പെടാത്ത ഊർജ്ജസ്രോതസ്സുകൾ (Non-renewable energy sources)

ചില ഊർജ്ജസ്രോതസ്സുകൾ ഉപയോഗിച്ചു കഴിഞ്ഞാൽ തീർന്നതുതന്നെ; പിന്നെയില്ല. കുറഞ്ഞ കാലയളവിൽ അതു വീണ്ടും ലഭ്യമല്ല. ഉദാഹരണം: പെട്രോളിയം അഥവാ ക്രൂഡ് ഓയിൽ. പെട്രോളിയം ഖനനം ചെയ്തു ശുദ്ധീകരിച്ച് ഉപയോഗിക്കുന്നു. ഏകദേശം 2060 ആകുമ്പോഴേക്കും പെട്രോളിയം മുഴുക്കെ തീർന്നുപോകും എന്ന് കണക്കുകളിലൂടെ പ്രവചനമുണ്ട്. കോടിക്കണക്കിനു വർഷങ്ങളെടുക്കും ഭൂമിയിൽ ഇനി പെട്രോളിയം രൂപം കൊള്ളാൻ. അതായത് പെട്രോളിയം പുതുക്കപ്പെടാത്ത ഊർജ്ജസ്രോതസ്സാണ്. പുതുക്കപ്പെടാത്ത ഊർജ്ജസ്രോതസ്സുകൾ മുഖ്യമായും ഇനി പറയുന്നവയാണ്.

1. പെട്രോളിയം അഥവാ ക്രൂഡ് ഓയിൽ
2. കൽക്കരി
3. ലിഗ്നൈറ്റ്
4. പ്രകൃതിവാതകം
5. ആണവഇന്ധനം

ഇവയെല്ലാം തന്നെ ഖനനം ചെയ്തെടുക്കുന്നതിനാൽ ഖനിജ ഇന്ധനങ്ങളെന്നും വിളിക്കും. പാറകൾക്കും മറ്റും ഉള്ളിൽ അകപ്പെട്ട ജീവികളുടെയും സസ്യങ്ങളുടെയും ശരീരാവശിഷ്ടങ്ങളെയാണ് ഫോസ്സിൽ (fossil) എന്ന് വിളിക്കുന്നത്. അതുകൊണ്ടു തന്നെ ഖനിജ ഇന്ധനങ്ങളെ ഫോസ്സിൽ ഇന്ധനങ്ങളെന്നും വിളിക്കാറുണ്ട്.

പെട്രോളിയം അഥവാ ക്രൂഡ് ഓയിൽ

ഭൂമിക്കടിയിൽപ്പെട്ട ജന്തുക്കളും സസ്യങ്ങളും (പ്രത്യേകിച്ച് പ്ലാംക്ടൺ) ഉന്നത മർദ്ദത്തിനും ഊഷ്മാവിനും വിധേയമായി, ഒപ്പം ചെളിയുടെയും എക്കലിന്റെയും പാളികൾക്കടിയിൽപ്പെട്ട് ഏകദേശം 30 കോടി വർഷങ്ങൾ കൊണ്ട് രൂപം കൊള്ളുന്നതാണ് പെട്രോളിയം. ഇതിനെ ഫ്രാക്ഷണൽ ഡിസ്റ്റിലേഷൻ (fractional distillation) നടത്തിയാൽ പെട്രോൾ, ഡീസൽ, നാഫ്താ, മണ്ണെണ്ണ, ഇതിന്റെ ശുദ്ധീകരിച്ച രൂപമായ ഏവിയേഷൻ ഫ്യൂവൽ (വിമാനത്തിൽ ഉപയോഗിക്കുന്നത്) തുടങ്ങിയവ ലഭിക്കും. കഴിഞ്ഞ സാമ്പത്തിക വർഷത്തിൽ (2006–07) ഏകദേശം 120 ദശലക്ഷം ടൺ ക്രൂഡ് ഓയിൽ ഇന്ത്യയിൽ ഉപയോഗിച്ചു. അതിൽ ഇന്ത്യയിൽ ഖനനം ചെയ്തെടുത്തത് വെറും 34 ദശലക്ഷം (28%) ടൺ ആണ്. ബാക്കി 72% ഇറക്കുമതി ചെയ്യുന്നതിനായി ഏകദേശം രണ്ടു ലക്ഷം കോടി രൂപ ചെലവഴിച്ചു. വർഷം പ്രതി ഒന്നര മടങ്ങുവെച്ച് ക്രൂഡ് ഓയിലിന്റെ ഉപഭോഗം വർദ്ധിച്ചുവരുന്നു. പ്രകൃതി ശേഖരത്തിലുള്ള ക്രൂഡ് ഓയിൽ, പ്രകൃതി വാതകം, കൽക്കരി എന്നിവ യഥാക്രമം 130, 158, 750 ബില്യൺ ടൺ ആകുന്നു. ഇതിൽ ഒരു വർഷം ഏകദേശം 2.4, 1.6, 2.4 ബില്യൺ ടൺ ഉപയോഗിക്കുന്നു. ആഗോള ഉപയോഗത്തിൽ 33

ശതമാനം ക്രൂഡ് ഓയിലും, 22 ശതമാനം കൽക്കരിയും 21 ശതമാനം പ്രകൃതി വാതകവും 6 ശതമാനം ആണവോർജ്ജവുമാകുന്നു. ബയോമാസ്സിൽ നിന്നും 10 ശതമാനവും പുതുക്കപ്പെടാവുന്ന പുതിയ ഊർജ്ജസ്രോതസ്സുകളിൽ നിന്ന് 2 ശതമാനവും ലഭ്യമാകുന്നു.

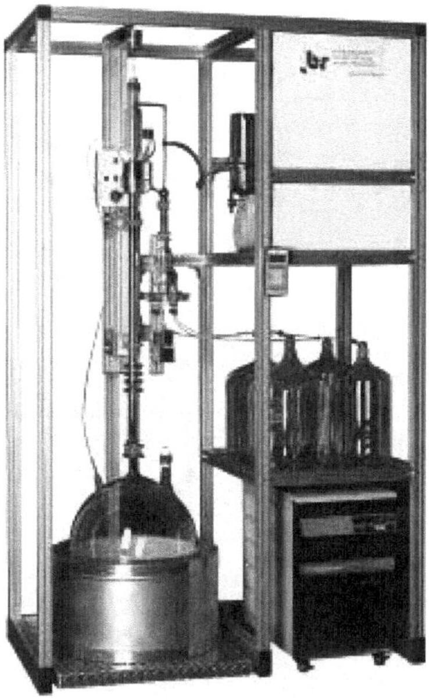

ഫ്രാക്ഷണൽ ഡിസ്റ്റിലേഷൻ

കൽക്കരി

നമ്മുടെ രാജ്യത്ത് ഏകദേശം പകുതിയോളം ഊർജ്ജാവശ്യങ്ങളും നിറവേറ്റുന്നത് കൽക്കരി കത്തിച്ചാണ്. അതിൽ 70 ശതമാനവും വൈദ്യുതി ഉല്പാദനത്തിനും ബാക്കി സിമന്റ്, ഉരുക്ക് തുടങ്ങിയ വൻ വ്യവസായ ശാലകളിലും ഉപയോഗിക്കുന്നു. കണക്കുകൾ സൂചിപ്പിക്കുന്നത് ഏതാണ്ട് അടുത്ത 200 വർഷങ്ങൾ കൂടി കൽക്കരി കിട്ടുമെന്നാണ്.

ഏകദേശം ആയിരത്തിലധികം തരത്തിലുള്ള കൽക്കരി ലഭ്യമാണ്. ഭൂമിക്കടിയിൽപെട്ട സസ്യങ്ങൾ ഉയർന്ന ഊഷ്മാവിനും മർദ്ദത്തിനും വിധേയമായി കോടിക്കണക്കിന് വർഷങ്ങൾ കൊണ്ടാണ് കൽക്കരിയായി മാറുന്നത്. കൽക്കരി രൂപംകൊള്ളുന്ന പ്രക്രിയയെ കോളിഫിക്കേഷൻ (coalification)എന്നു വിളിക്കുന്നു. പെട്രോളിയം രൂപംകൊള്ളാൻ എടുക്കുന്നതിലും കുറഞ്ഞ കാലംകൊണ്ട് കൽക്കരി ഉണ്ടാകുന്നു. ജീർണ്ണിച്ച സസ്യങ്ങളിൽ നിന്നും ആദ്യം പീറ്റ് (peat) എന്ന ഇന്ധനം ഉണ്ടാകുന്നു. പീറ്റ് പിന്നീട് ലിഗ്നൈറ്റായി മാറുന്നു. ശേഷം സബ്ബിറ്റുമിനസും (അത്) കാലപ്പഴക്കംകൊണ്ട് കൽക്കരിയുമായിത്തീരുന്നു.

ഇതുപോലെ കോടിക്കണക്കിന് വർഷങ്ങൾകൊണ്ടാണ് പ്രകൃതി വാതകങ്ങളും ഉണ്ടാകുന്നത്. നേരത്തേ സൂചിപ്പിച്ചതുപോലെ ഊർജ്ജത്തിന്റെ ലഭ്യത ഒരു രാജ്യത്തിന്റെ സമ്പദ്‌വ്യവസ്ഥയുടെ നട്ടെല്ലാണ്. അടിസ്ഥാനപരമായി പറഞ്ഞാൽ വികസനമെന്നത് ഒരാൾ ഉപയോഗിക്കുന്ന പ്രതിശീർഷ ഊർജ്ജത്തിന്റെ തോത്കൂടിയാണ്. ജീവിത നിലവാരം ഉയർത്തുകയെന്നാൽ കൂടുതൽ ഊർജ്ജം എല്ലാവർക്കും ലഭ്യമാക്കുക എന്നുകൂടി അർത്ഥമുണ്ട്. സമ്പദ്‌വ്യവസ്ഥയുടെ വളർച്ചക്ക് അനുപേക്ഷണീയമായ ഒന്നാണ് ഊർജ്ജം. ഒരു വികസ്വര രാജ്യത്തെ സംബന്ധിച്ചാണെങ്കിൽ ഊർജ്ജത്തിന്റെ ലഭ്യത ഏറ്റവും മുഖ്യമാണ്. നാം

ഇല്ലിനോയിസിലെ കൽക്കരി ഖനി

ഏതാണ്ട് 8 ശതമാനം സാമ്പത്തികവളർച്ചയാണ് ലക്ഷ്യമിടുന്നത്. വരും തലമുറയ്ക്ക് ദോഷമില്ലാതെ രാജ്യത്തിന്റെ പ്രകൃതി വിഭവങ്ങളിൽ നിന്നും ഊർജ്ജം ലഭ്യമാക്കുക എന്നത് കാലഘട്ടത്തിന്റെ ആവശ്യവും ഒപ്പം ഒരു വെല്ലുവിളിയുമാണ്. ഈ രംഗത്തെ നേട്ടം തീർച്ചയായും വളർച്ചാനിരക്ക് യഥാർത്ഥ്യമാക്കും. വർത്തമാന കാലഘട്ടത്തിൽ ആവശ്യമുള്ള ഊർജ്ജത്തിന്റെ മുക്കാൽ പങ്കും ഫോസ്സിൽ ഇന്ധനങ്ങളിൽ നിന്നും ലഭിക്കുന്നു. അടുത്ത 10 വർഷത്തിനകം ഒറീസ്സായിലെ കൽക്കരി ഉപയോഗിച്ചുള്ള താപനിലയങ്ങളിൽ നിന്നും 2000 മെഗാവാട്ട് കേരളത്തിൽ എത്തിക്കാനാണ് നമ്മുടെ വൈദ്യുതബോർഡിന്റെ പരിപാടികളിലൊന്ന്. വിഴിഞ്ഞം, സ്മാർട്ട്സിറ്റി, വല്ലാർപാടം കണ്ടെയ്നർടെർമിനൽ തുടങ്ങിയ പദ്ധതികൾക്കെല്ലാമായി 1000 മെഗാവാട്ട് വൈദ്യുതി ലഭ്യമാക്കേണ്ടതുണ്ട്. സംസ്ഥാനം ഊർജ്ജപ്രതിസന്ധിയിലേക്ക് നീങ്ങുമോ എന്നു സംശയിക്കുന്നു.

ഫോസ്സിൽ ഇന്ധനങ്ങൾ ശാശ്വതമല്ല. എല്ലാം തീർന്നുപോകും. മറ്റു മാർഗ്ഗങ്ങൾ തേടുക, നടപ്പിലാക്കുക എന്നത് കാലഘട്ടത്തിന്റെ അനിവാര്യതയാണ്.

ഫോസ്സിൽ ഇന്ധനങ്ങളുടെ പോരായ്മകൾ

പോരായ്മകളേക്കാൾ മുഖ്യമായിട്ടുള്ളത് ഫോസ്സിൽ ഇന്ധനങ്ങൾ പ്രത്യേകിച്ച് ക്രൂഡ് ഓയിൽ ഏതാണ്ട് 50 വർഷങ്ങൾക്കകം തീർന്നുപോകുമെന്നുള്ളതാണ്. യാത്രകളും ചരക്കുനീക്കങ്ങളും സുഖസൗക

ര്യങ്ങളും വിനോദോപാധികളും കൂടുമെങ്കിലും ഭൂരിപക്ഷം ജനങ്ങൾക്കും ശുദ്ധവായുവും ജീവിക്കാൻ അനുകൂലമായ പരിസ്ഥിതിയും ലഭ്യമല്ലാത്ത അവസ്ഥ സംജാതമാകും. എന്തുകൊണ്ടാണ് പുതുക്കപ്പെടുന്ന ഊർജ്ജസ്രോതസ്സുകൾ തേടേണ്ടത്?

1. **അനിവാര്യത** : ഫോസ്സിൽ ഇന്ധനങ്ങൾ സമീപഭാവിയിൽത്തന്നെ തീർന്നു പോകും.
2. **സാമ്പത്തികപ്രശ്നം** : പ്രതിവർഷം രണ്ടു ലക്ഷം കോടി രൂപ ഇന്ധനം ഇറക്കുമതി ചെയ്യാൻ നമുക്ക് ചിലവാക്കേണ്ടിവരുന്നു. ഇന്ധനവിലവർദ്ധന എല്ലാരംഗത്തും വിലക്കയറ്റം ഉണ്ടാക്കുന്നു. ഇതൊരു നിത്യസംഭവമായി മാറി.
3. **പരിസ്ഥിതി പ്രശ്നം** : ഫോസ്സിൽ ഇന്ധനങ്ങൾ വളരെയധികം പരിസ്ഥിതി പ്രശ്നങ്ങൾക്കു കാരണമാകുന്നു. അന്തരീക്ഷ മലിനീകരണവും ആഗോളതപനവും ത്വരിതഗതിയിലാക്കുന്നു. ഖനിജ ഇന്ധനങ്ങളുടെ ജ്വലനം വഴി (മുഖ്യമായും വാഹനങ്ങളാലും യന്ത്രങ്ങളാലും) ക്രമാതീതമായി ഗ്രീൻഹൗസ് വാതകങ്ങൾ (GHGs) പുറന്തള്ളപ്പെടുന്നു. ഗ്രീൻഹൗസ് വാതകങ്ങളും അവയുടെ ആഗോളതാപീകരണ പൊട്ടൻഷ്യലും (Global Warming Potential : GWP) ബ്രാക്കറ്റിൽ കൊടുത്തിരിക്കുന്നു.

   കാർബൺ ഡൈ ഓക്സൈഡ് (1), മീഥേൻ (21), ഹൈഡ്രോഫ്ളൂറോ കാർബൺ (140–11700), പെർഫ്ളൂറോ കാർബൺ (6500–9200), സൾഫർ ഹെക്സാഫ്ളൂറൈഡ് (23900) മുതലായവ. ഇവ അന്തരീക്ഷത്തിൽ തങ്ങി നിന്ന് സാവധാനമാണെങ്കിലും അന്തരീക്ഷ ഊഷ്മാവ് വർദ്ധിപ്പിക്കുന്നു. ഇത് കൂടാതെ സൾഫർ ഡൈ ഓക്സൈഡ്, നൈട്രജൻ ഓക്സൈഡ് തുടങ്ങിയവയും അന്തരീക്ഷ മലിനീകരണത്തിന് ആക്കം കൂട്ടുന്നു. വാഹനപുകയിൽ ഏറെ ദോഷകരമായ ചെറുകണികകൾ അടങ്ങിയിരിക്കും. ഇത് അന്തരീക്ഷത്തിൽ തങ്ങി നിന്ന് ആരോഗ്യ പ്രശ്നങ്ങൾക്ക് കാരണമാകുന്നു.
4. റിഫൈനറികളിൽ നിന്നുള്ള മലിനീകരണം.
5. എണ്ണക്കപ്പലുകൾ മുങ്ങിയാൽ ക്രൂഡ് ഓയിൽ പടർന്ന് സമുദ്രസമ്പത്ത്, പ്രത്യേകിച്ച് മത്സ്യങ്ങൾ നശിക്കും. യുദ്ധത്തിൽ മനഃപ്പൂർവ്വം ഓയിൽ ഖനന കേന്ദ്രങ്ങളും എണ്ണക്കപ്പലുകളും കത്തിച്ചുകളയുകയോ തകർക്കപ്പെടുകയോ ചെയ്യാം. അല്ലാതെയും തീപിടുത്തത്തിന് വിധേയമാകാം.
6. ഓയിൽ ടാങ്കറിന് അപകടമുണ്ടാകാം.
7. ക്രൂഡോയിൽ, പ്രകൃതി വാതകം തുടങ്ങിയവ കൊണ്ടുപോകുന്ന പൈപ്പ് ലൈനിൽ ഉണ്ടാകുന്ന ചോർച്ച.
8. ഖനന മേഖലയിലെ ഭൂപ്രദേശങ്ങൾ നശിച്ചുപോകാം. ഭൂഗർഭ ജലത്തിന്റെ ലഭ്യതയെയും ശുദ്ധിയെയും പ്രതികൂലമായി ബാധിക്കാം.

ഫോസ്സിൽ ഇന്ധനങ്ങൾ ലഭ്യമായിരിക്കെ നാം മറ്റു മാർഗ്ഗങ്ങൾ അതായത് പരിസ്ഥിതിസൗഹൃദപരവും സുസ്ഥിരവികസന (sustainable development) ത്തിലൂന്നിയതുമായ ചെലവു കുറഞ്ഞ ഊർജ്ജസ്രോതസ്സുകൾ തേടണം. അതാണ് പുതിയതും പുതുക്കപ്പെടുന്നതുമായ ഊർജ്ജത്തിന്റെ ഉറവിടങ്ങൾ കണ്ടെത്താനും കാര്യക്ഷമമായി നടപ്പിലാക്കാനും നമുക്കുള്ള പ്രചോദനം. കേന്ദ്ര സർക്കാരിൽ ഇതിനായി ഒരു മന്ത്രാലയം (Ministry of New and Renewable Energy) തന്നെ പ്രവർത്തിച്ചു വരുന്നു. ഇതിന്റെ പ്രാധാന്യം എടുത്തു പറയേണ്ടതില്ലല്ലോ. 2004–ൽ 50,000 MW പവർ ഉല്പാദിപ്പിക്കാൻ ഉദ്ദേശിച്ചു പ്രവർത്തിച്ചുവെങ്കിലും അതിന്റെ 21 ശതമാനം മാത്രമേ പ്രാവർത്തികമാക്കാൻ കഴിഞ്ഞുള്ളു.

പുതുക്കപ്പെടുന്ന ഊർജ്ജസ്രോതസ്സുകൾ (Renewable energy sources)

ഉപയോഗംകൊണ്ട് തീർന്ന് പോകാത്തതോ വളരെ കുറഞ്ഞ സമയം കൊണ്ട് വീണ്ടും ഉപയോഗിക്കാൻ കഴിയുന്നതോ ആയ ഊർജ്ജസ്രോതസ്സുകളെ പുതുക്കപ്പെടുന്ന ഊർജ്ജസ്രോതസ്സ് (renewable energy sources) കളെന്ന് വിളിക്കുന്നു. ഉദാഹരണം സൗരോർജ്ജം, കാറ്റ്, ഭൗമതാപോർജ്ജം തുടങ്ങിയവ. വൈദ്യുതി ഉല്പാദിപ്പിക്കാനായി കാറ്റാടി യന്ത്രം വച്ചതുകൊണ്ടോ, സോളാർ വാട്ടർ ഹീറ്റർ സ്ഥാപിച്ചതുകൊണ്ടോ കാറ്റും വെയിലും തീർന്നു പോകുന്നില്ല. വീണ്ടും വീണ്ടും ലഭ്യമാണ്. മറ്റൊരുദാഹരണം നോക്കാം. നഞ്ചുംപത്തലിന്റെ കുരു (jatrofa) ഉണക്കി ആട്ടിയാൽ എണ്ണകിട്ടും. ഇത് എസ്റ്ററിഫിക്കേഷൻ എന്ന രാസമാറ്റം നടത്തി ഡീസലിനോട് ചേർത്താൽ ബയോഡീസൽ കിട്ടും. ഇത് ഡീസൽ എഞ്ചിനിൽ ഉപയോഗിച്ചാൽ അന്തരീക്ഷമലിനീകരണം കുറഞ്ഞിരിക്കും. ഇവിടെ ആവണക്കിൻ കുരു തീർന്നു പോയാലും 3 വർഷംകൊണ്ട് വീണ്ടും നട്ടുപിടിപ്പിച്ച് കുരുവുണ്ടാക്കാം. അങ്ങനെ ബയോഡീസലിന്റെ ഘടകമായ കാട്ടാവണക്കിൻകുരു പുതുക്കപ്പെടുന്ന ഊർജ്ജസ്രോതസ്സിൽപ്പെടുത്താം.

വൻകിട ജലവൈദ്യുത പദ്ധതിയും പുതുക്കപ്പെടുന്ന ഊർജ്ജസ്രോതസ്സാണ്. കാരണം അണക്കെട്ടിലെ ജലം വൈദ്യുതജനറേറ്ററിൽ ഘടിപ്പിച്ച ടർബൈൻ കറക്കി പുറത്തേക്കുവരുന്നു. വെള്ളം ഒട്ടും നഷ്ടപ്പെടുന്നില്ല. വെള്ളത്തിന് ഒന്നും സംഭവിക്കുന്നുമില്ല. ഇപ്പോൾ താഴ്ന്ന നിലത്തിലൂടെ ഒഴുകുന്നുവെന്നുമാത്രം. ഈ വെള്ളം കൃഷിക്കും മറ്റും ഉപയോഗിക്കാം. അങ്ങനെ വൻകിട ജലസേചന പദ്ധതികളെ പഴയതും പുതുക്കപ്പെടുന്നതുമായ ഊർജ്ജസ്രോതസ്സുകളിൽപ്പെടുത്താം. എന്നാൽ ചെറുകിട ജലസേചന പദ്ധതികളെ പുതിയതും പുതുക്കപ്പെടുന്നതുമായ ഊർജ്ജ സ്രോതസ്സായി കണക്കാക്കുന്നു. പ്രധാനപ്പെട്ട പുതുക്കപ്പെടുന്ന ഊർജ്ജ സ്രോതസ്സുകൾ ചുവടെ കൊടുത്തിരിക്കുന്നു.

1. ചെറുകിട ജലവൈദ്യുതപദ്ധതി
2. ഇന്ധനസെൽ
3. ജൈവഇന്ധനങ്ങൾ
   - വിറക്
   - ബയോഗ്യാസ്
   - ബയോമാസ്സ്
   - ബയോവേസ്റ്റ്
   - ബയോഡീസൽ
   - ഗ്യാസഹോൾ
4. കാറ്റിന്റെ ഊർജ്ജം
5. സൗരോർജ്ജം
   - സൗരതാപം
   - ഫോട്ടോവോൾട്ടെയിക് പ്രഭാവം
6. സമുദ്രോർജ്ജം
   - വേലിയേറ്റ ഊർജ്ജം
   - തിരമാലയിലെ ഊർജ്ജം
   - സമുദ്രതാപോർജ്ജം
7. ഭൗമതാപോർജ്ജം

ആദ്യം പുതുക്കപ്പെടുന്ന ഊർജ്ജസ്രോതസ്സുകളിൽ പഴയതിനെക്കുറിച്ച് പഠിക്കാം, അതായത് വൻകിട ജലവൈദ്യുത പദ്ധതിയെക്കുറിച്ച്.

വൻകിട ജലവൈദ്യുത പദ്ധതികൾ

പഴയതും പുതുക്കപ്പെടുന്നതും മലിനീകരണമുക്തവുമായ സ്രോതസ്സാണ് ജലവൈദ്യുതി (hydro electric power). ഇന്ത്യയിലെ ആദ്യത്തെ ജലവൈദ്യുതപദ്ധതി 1897–ൽ ഡാർജിലിംഗിൽ ആരംഭിച്ചു. അതിന്റെ ശേഷി 130 കിലോവാട്ട് ആയിരുന്നു. കുറഞ്ഞത് ഒരു നൂറ്റാണ്ട് പഴക്കമുണ്ട് ഈ പദ്ധതിക്ക്. അമ്പുംവില്ലും പ്രയോഗത്തിലൂടെയാണ് മനുഷ്യൻ സാങ്കേതികമായി ആദ്യമായി സ്ഥാനികോർജ്ജം ഗതികോർജ്ജമാക്കി മാറ്റിയത്. ജലവൈദ്യുത പദ്ധതിയിൽ, ഉയരത്തിൽ കെട്ടിനിർത്തിയിരിക്കുന്ന വെള്ളത്തിന്റെ സ്ഥാനികോർജ്ജം അഥവാ സ്ഥിതികോർജ്ജം, താഴോട്ട് ഒഴുകുമ്പോൾ ഗതികോർജ്ജവും അത് ടർബൈൻ തിരിച്ച് വൈദ്യുതോർജ്ജവുമായി മാറുന്നു.

ഏറ്റവും ലാഭകരവും മലിനീകരണമുക്തവുമായ ജലവൈദ്യുത പദ്ധതിക്ക് മുന്തിയ പരിഗണനയാണുള്ളത്. വൻതോതിൽ വൈദ്യുതി ഉല്പാദിപ്പിക്കാൻ കഴിയുമെന്നുള്ളതാണ് ആകർഷണീയതയ്ക്ക് അടിസ്ഥാനം. ഇന്ത്യയിൽ 1963–ൽ ആകെയുണ്ടായിരുന്ന വൈദ്യുതോർജ്ജത്തിന്റെ ഉല്പാദനത്തിൽ 50 ശതമാനവും ജലവൈദ്യുതപദ്ധതിയിൽ നിന്നായിരുന്നു. എന്നാൽ 2005 ആയപ്പോഴേക്കും അത് 25 ശതമാനമായി കുറഞ്ഞു. ഒരു ലക്ഷം മെഗാവാട്ട് വൈദ്യുതിയുടെ ഷോർട്ടേജ് ആണ് ഇപ്പോഴുള്ളത്. ഇത് പരിഹരിക്കാനുള്ള തീവ്രശ്രമത്തിലാണ് സർക്കാരും

സ്വകാര്യ മേഖലയും. ഇതിൽ മുഖ്യമായിട്ടുള്ളത് ചെറുകിട ജലവൈദ്യുതപദ്ധതികളും കാറ്റാടികളുമാണ്.

ലോകത്ത് ആകെ ഉല്പാദിപ്പിക്കുന്ന 7.5 ലക്ഷം മെഗാവാട്ട് വൈദ്യുതിയിൽ 22 ശതമാനമാണ് ജലവൈദ്യുതിയുടെ പങ്ക്. ഇന്ത്യയിൽ 1.27 ലക്ഷം മെഗാവാട്ടിൽ 26 ശതമാനം ജലവൈദ്യുതിയിൽ നിന്നാണ് ലഭിക്കുന്നത്. നോർവേയുടെ ഊർജ്ജോല്പാദനത്തിൽ 99 ശതമാനവും ജലവൈദ്യുതിയിൽ നിന്നാണ്. ബ്രസീലിൽ ഇത് 86 ശതമാനവും, സ്വിറ്റ്സർലണ്ടിൽ 76 ശതമാനവും സ്വീഡനിൽ 50 ശതമാനവുമാകുന്നു. ഈ പദ്ധതിവഴി ഗണ്യമായ തോതിൽ വിലക്കുറവുള്ള വൈദ്യുതി ഒരു വിശാലമായ ഭൂപ്രദേശത്തേക്ക്, ആവശ്യമുള്ളത്ര ഉല്പാദിപ്പിച്ച് വിതരണം ചെയ്യാൻ കഴിയുന്നു. അങ്ങനെ വൻകിട വ്യവസായങ്ങൾക്ക് അനുകൂലമായ മുഖ്യഘടകം – വൈദ്യുതി ലഭ്യമാക്കുന്നു. കേന്ദ്രീകൃത ഭരണം പോലെ കേന്ദ്രീകൃത ഊർജ്ജോല്പോദനവും പ്രത്യക്ഷത്തിൽ ആകർഷണീയമാണ്. വൻ മുതൽമുടക്കില്ലാത്തതും ഭൂപ്രദേശങ്ങൾക്ക് ദോഷമില്ലാത്തതുമായ മാർഗ്ഗങ്ങൾ ഊർജ്ജോല്പാദനത്തിന് തെരഞ്ഞെടുക്കാൻ ഇന്ന് നമുക്ക് കഴിയും. ഭൂപ്രദേശങ്ങൾക്ക് അനുകൂലമായും പ്രകൃതി സമ്പത്ത് വിപത്തില്ലാതെ കൈകാര്യം ചെയ്തും ഊർജ്ജോല്പാദനം സാധ്യമാണെന്നുള്ളത് ഇനിയുള്ള അദ്ധ്യായങ്ങളിൽ വെളിവാക്കപ്പെടുന്നുണ്ട്.

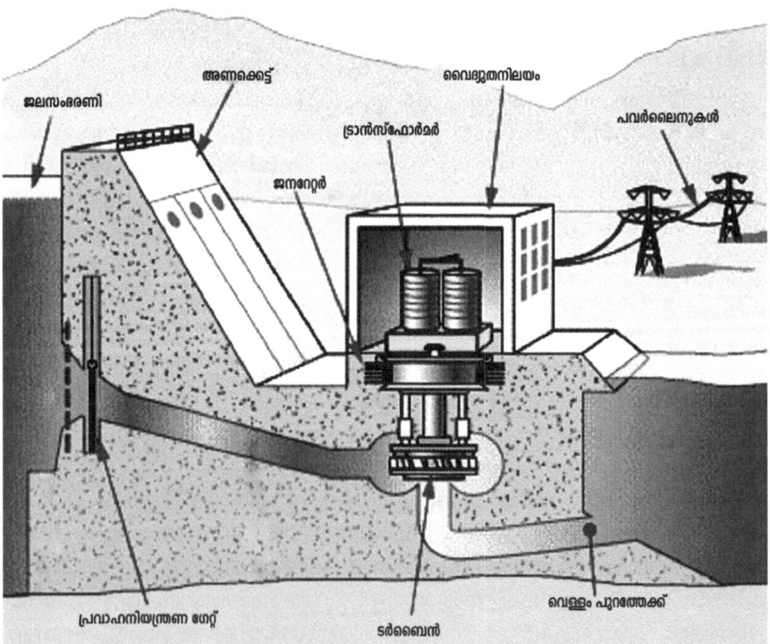

വൻകിടജലവൈദ്യുത പദ്ധതി

വൻകിട ജലവൈദ്യുതപദ്ധതിയുടെ നേട്ടങ്ങൾ സംക്ഷിപ്തമായി പറയാം.

1. വിലക്കുറവുള്ള വൈദ്യുതി ഒരു വിസ്തൃതമായ പ്രദേശത്ത്, ചില പ്പോൾ ദൂരെയും ലഭ്യമാക്കാം.
2. വൻകിട വ്യവസായങ്ങൾക്ക് സൗകര്യം.
3. നല്ല ആസൂത്രണമുണ്ടെങ്കിൽ മികച്ച ജലസേചനസൗകര്യം.
4. പരിപാലനചെലവ് കുറവ്.
5. മലിനീകരണമില്ല.
6. മികച്ച സാങ്കേതികവിദ്യ, പ്രത്യേകിച്ച് വൈദ്യുതോല്പാദന ത്തിലും വിതരണത്തിലും.
7. ഇന്ധനങ്ങളെ ആശ്രയിക്കാത്തതുകൊണ്ട് വിലക്കയറ്റമില്ല.
8. പ്രവർത്തനസൗകര്യമുണ്ട്.

കോട്ടങ്ങൾ

1. പദ്ധതി പ്രദേശത്തെ പരിസ്ഥിതി പൂർണ്ണമായും മാറിമറിയും.
2. പദ്ധതി പ്രദേശത്തെ ജനങ്ങളുടെ പുനരധിവാസം നിയമപരമായി ബാധ്യതയുണ്ടെങ്കിലും പ്രായോഗികമായി നടപ്പിലാകാറില്ല. ആയിരക്കണക്കിനു കുടുംബങ്ങളെ കുടിയൊഴിപ്പിച്ചാണ് പദ്ധതി നടപ്പാക്കുക. തികച്ചും ഗൗരവതരമായ സാമൂഹിക പ്രശ്നമാണിത്. 'നർമ്മദ' പ്രശ്നം ഏവർക്കും അറിവുള്ളതാണ്. പരിസ്ഥിതി സംരക്ഷകരും കോടതിയും രാഷ്ട്രീയക്കാരും സങ്കീർണ്ണമാക്കുന്ന വിഷയങ്ങളിൽ ഒന്നാണിത്.
3. ഒരു പ്രദേശത്ത് വൻതോതിൽ വെള്ളം കെട്ടിനിൽക്കുന്നത് അവിടുത്തെ ആവാസവ്യവസ്ഥയെ സാരമായി ബാധിക്കും, അതുവഴി സസ്യ-ജന്തുജാലത്തെയും.
4. പദ്ധതി പ്രദേശം വനഭൂമിയിലാണെങ്കിൽ കുറെയെങ്കിലും വനം വെട്ടിത്തെളിക്കണം. പദ്ധതിപ്രദേശത്തു വെട്ടുന്ന റോഡ് പൊതു ജനത്തിന് തുറന്ന് കൊടുത്താൽ വനനശീകരണം ത്വരിതഗതിയി ലാകും. ഇടുക്കിപദ്ധതി ഉദാഹരണം.
5. ഭീമമായ അളവിൽ വെള്ളം കെട്ടിനിൽക്കുക വഴി ഭൂചലന സാധ്യത വർദ്ധിക്കുന്നു. റിസർവോയർ ഇൻഡ്യൂസ്ഡ് സീസ്മിസിറ്റി (RIS) ഹർഷ് കെ.ഗുപ്ത പറയുന്നു: "RIS ഉണ്ടാകുമെങ്കിൽ അത് ആദ്യത്തെ പത്തുവർഷത്തിനുള്ളിലായിരിക്കും.
6. വൈദ്യുതി ദൂരസ്ഥലങ്ങളിലേക്ക് ലൈൻ പിടിച്ച് കൊണ്ടു പോകു മ്പോൾ വിതരണനഷ്ടം അഥവാ വഴിച്ചെലവ് ഉണ്ടാകും. നല്ല സാങ്കേതികവിദ്യ ഉപയോഗിച്ചാൽ മാത്രമേ ഈ നഷ്ടം കുറയ്ക്കാൻ കഴിയൂ.
7. ഒഴുകിയെത്തുന്ന മഴവെള്ളത്തെമാത്രം ആശ്രയിക്കുകയാണെങ്കിൽ മഴ കുറഞ്ഞാൽ പവർകട്ട് വേണ്ടിവരാം. മറ്റുവഴികളില്ലെങ്കിൽ ഒരു വലിയ പ്രദേശത്തെ ഇത് ബാധിക്കും.

8. ഫലഭൂയിഷ്ഠമായ എക്കലും ചെളിയും മറ്റും അണക്കെട്ടിൽ അടിഞ്ഞുകൂടുന്നു. ഇത് വിശാലമായ പ്രദേശത്ത് ഒഴുകി എത്തേണ്ടതാണ്.
9. വൻ മുതൽമുടക്ക്.

ഇച്ഛാശക്തിയുള്ള ഒരു സർക്കാരും അതുപോലെ ജനങ്ങളുമുള്ള ഒരു സാഹചര്യത്തിൽ വൻകിട ജലവൈദ്യുത പദ്ധതി തികച്ചും അനുയോജ്യമാണ്, സ്വീകാര്യമാണ്.

ആഗോളതപനവും ഫോസ്സിൽ ഇന്ധനങ്ങളും

ഫോസ്സിൽ ഇന്ധനങ്ങളുടെ ക്രമാതീതമായ ഉപയോഗവും വനനശീകരണവും അന്തരീക്ഷത്തിലെ കാർബൺ ഡൈ ഓക്സൈഡിന്റെ അളവ് വർദ്ധിപ്പിക്കുകയും ഗ്രീൻഹൗസ് മൂലം ആഗോളതപനം വേഗത്തിലാകുകയും ചെയ്യുന്നു. ധ്രുവപ്രദേശങ്ങളിലെ മഞ്ഞുരുകി ഒഴുകിയെത്തി സമുദ്രനിരപ്പ് ഉയരുകയും മിക്കവാറും താഴ്ന്ന നിരപ്പുള്ള സ്ഥലങ്ങളെല്ലാം, പ്രത്യേകിച്ച് ഏഷ്യാവൻകര, കടലുകയറി നഷ്ടപ്പെടുകയും ചെയ്യും. കഴിഞ്ഞ നൂറ്റാണ്ടിൽ ആഗോളതാപനില 0.6°c ഉയർന്നു. ഇപ്പോഴുള്ള രീതിയിൽ ഫോസ്സിൽ ഇന്ധനങ്ങൾ ഉപയോഗിച്ചാൽ ഒരു നൂറ്റാണ്ട് കഴിയുമ്പോൾ ആഗോള താപനില 1° മുതൽ 5°c വരെ ഉയരാമെന്ന് പഠനങ്ങൾ കാണിക്കുന്നു. ഇതിന്റെ ഫലമായി മഞ്ഞുമലകൾ (glaciers) ഉരുകി സമുദ്രനിരപ്പ് ഏതാണ്ട് 5 മുതൽ 40 സെ മി വരെ ഉയരാം. ഭൂഖണ്ഡങ്ങൾ മുങ്ങിപ്പോകാം. മഞ്ഞുമലകൾ ഇല്ലാതാകുന്നതുവഴി സ്ഥിര

ഫോസിൽ ഇന്ധനങ്ങളുടെ അമിത ഉപയോഗം

ജലനിരപ്പുള്ള നദികളിൽപോലും വെള്ളം കാലാവസ്ഥാനുസരണമാകും. കാലാവസ്ഥയിൽ ഗണ്യമായ മാറ്റം സംഭവിക്കും. ഇപ്പോൾ തന്നെ മാറ്റങ്ങൾ നാം അനുഭവിച്ചു തുടങ്ങിയിരിക്കുന്നു. ഈ വിപത്ത് ഒഴിവാക്കാൻ ആഗോളതലത്തിൽ തീവ്രമായ ശ്രമങ്ങൾ ആരംഭിച്ചു കഴിഞ്ഞു.

എന്താണ് ഗ്രീൻഹൗസ് ഇഫക്ട്?

വെയിലത്തു വച്ചിരിക്കുന്ന ഒരു സ്ഫടിക (glass) പേടകത്തിൽ കുറച്ച് ചെടികൾ ഉണ്ടെന്ന് വിചാരിക്കുക. സൂര്യപ്രകാശം അകത്തേക്കു കടന്ന് അതിലെ ചെടികൾക്കും മറ്റു വസ്തുക്കൾക്കും താപം ലഭ്യമാക്കുന്നു. തന്മൂലം ഊഷ്മാവ് ഉയരുന്നു. വെയിലുകുറഞ്ഞാലും അതിനകത്തെ ചൂട് കുറയുകയില്ല. കാരണം സ്ഫടികക്കൂടിലെ വസ്തുക്കൾ പുറത്തേക്കുവിടുന്ന താപവികിരണങ്ങൾക്ക് തരംഗ ദൈർഘ്യം കൂടുതലായിരിക്കും. ഇവയെ സ്ഫടികം പുറത്തേക്ക് കടത്തിവിടില്ല. അകത്തുള്ള ചെടികൾ പച്ചയായി കാണുന്നതിനാൽ ഇതിനെ ഗ്രീൻഹൗസ് എന്നും, ഇങ്ങനെ താപം ഉള്ളിൽ നിലനിർത്തുന്നതിനെ ഗ്രീൻഹൗസ് ഇഫക്ട് എന്നും വിളിക്കുന്നു. ഗണ്യമായ ഊഷ്മാവ്വ്യത്യാസമില്ലാതെ ഏകദേശം ക്രമമായ ഊഷ്മാവിൽ ചെടികളെ പരീക്ഷണാർത്ഥം വളർത്തുവാൻ ഇതിനാൽ കഴിയുന്നു.

ഇതുപോലെ തന്നെ അന്തരീക്ഷത്തിലെ ജലബാഷ്പവും കാർബൺ ഡൈ ഓക്സൈഡ്, മീഥേൻ, ഓസോൺ തുടങ്ങിയ വാതകങ്ങളും താപവികിരണങ്ങളെ ആഗിരണം ചെയ്യുകയും പിന്നീട് പുറത്തേക്കുവിടുകയും വഴി ഭൂമിയുടെ പ്രതലവും അന്തരീക്ഷവും രാത്രി കാലങ്ങളിലും ചൂടായിരിക്കും. ഈ പ്രക്രിയ ഇല്ലായിരുന്നെങ്കിൽ ഭൗമാന്തരീക്ഷത്തിന്റെ ഊഷ്മാവ് ഏകദേശം 30°c ഓളം താഴുമായിരുന്നു. ജീവജാലങ്ങൾക്ക് നിലനില്പുണ്ടാകുമായിരുന്നില്ല. ഗ്രീൻഹൗസ് ഇഫക്ട് കണ്ടെത്തിയത് ജോസഫ് ഫ്യൂറിയർ എന്ന ശാസ്ത്രജ്ഞനാണ്. ഇദ്ദേഹത്തിന്റെ മറ്റൊരു കണ്ടെത്തലിന് ഫിസിക്സിലും എഞ്ചിനീയറിംഗിലും വളരെയേറെ പ്രയോജനമുണ്ട്. അതായത് ഏതൊരു തരംഗരൂപവും കോടാനുകോടി സൈൻ (sine) ഫംങ്ഷനുകളും കോസ് (cosine) ഫംങ്ഷനുകളും ചേർന്നുണ്ടായതാണ്. ഇതിനെ ഫ്യൂറിയർ ശ്രേണിയെന്നു വിളിക്കുന്നു. ഭൂചലനം മുതൽ സ്കാനിംഗ് വരെയുള്ള പഠനങ്ങളിൽ നാം ഇത് ഉപയോഗിക്കുന്നു. പ്രകൃത്യാ ഗ്രീൻഹൗസ് ഇഫക്ട് ഭൂമിയിൽ ജീവജാലങ്ങളുടെ നിലനിൽപ്പിന് അത്യന്താപേക്ഷിതമാണെങ്കിലും, ഊഷ്മാവ് ക്രമാതീതമായി ഉയർന്നാൽ നേരത്തേ സൂചിപ്പിച്ചതുപോലെ വൻകരകൾ തന്നെ ഇല്ലാതായേക്കും.

ഭൗമാന്തരീക്ഷം ഒരു ഗ്ലാസ്സ് ഹൗസ് പോലെ വിചാരിക്കാം. ഇവിടെ ഗ്ലാസ്സിനു പകരം അന്തരീക്ഷത്തിലെ CO_2 ആണ് പ്രവർത്തിക്കുന്നത്. പ്രകാശത്തെയും കുറഞ്ഞ തരംഗദൈർഘ്യമുള്ള ഇൻഫ്രാറെഡ് കിരണങ്ങളെയും (തരംഗദൈർഘ്യം 3 micron) CO_2 കടത്തിവിടും.

എന്നാൽ ഭൂമിയിലെ വസ്തുക്കൾ വികിരണം ചെയ്യുന്നത് കൂടിയ തരംഗ ദൈർഘ്യങ്ങളെയാണ് (10^{-5}m കൂടുതൽ : ഒരു മില്ലി മീറ്ററിന്റെ 100ൽ ഒന്ന്, പോളിത്തീൻ കവറിന്റെ മൂന്നിലൊന്ന് കനം) ഈ വികിരണങ്ങളെ CO_2 വളരെ നല്ലതുപോലെ ആഗിരണം ചെയ്യുന്നു. അതായത് താപം ആഗിരണം ചെയ്ത് ഊഷ്മാവ് നിലനിർത്തുന്നു. CO_2 വിന്റെയും മറ്റ് ഗ്രീൻഹൗസ് ഗ്യാസുകളുടെയും അളവ് കൂടിയാൽ ഭൗമാന്തരീക്ഷത്തിന്റെ ഊഷ്മാവ് ആനുപാതികമായി വർദ്ധിക്കും. ഇതിനെ ആഗോളതപനം എന്നു വിളിക്കുന്നു. മേഘങ്ങളുടെ സാന്നിദ്ധ്യം, ആർദ്രത (humidity), അന്തരീക്ഷമലിനീകരണമുണ്ടാക്കുന്ന വാതകങ്ങൾ, മഞ്ഞ് മൂടിയ ഭൂമിയുടെ ഭാഗത്തിന്റെ അളവ് തുടങ്ങിയവയെല്ലാം ആഗോളതപനത്തെ ബാധിക്കുന്നു.

എന്താണ് പരിഹാരം ?

1. ഫോസ്സിൽ ഇന്ധനങ്ങളുടെ ഉപയോഗം ഗണ്യമായി കുറയ്ക്കുക. പുതുക്കപ്പെടുന്ന ഊർജ്ജസ്രോതസ്സുകൾ പ്രയോജനപ്പെടുത്തുക.
2. വനനശീകരണം ഒഴിവാക്കുക.
3. ഊർജ്ജോപയോഗം ക്രമീകരിക്കുക.

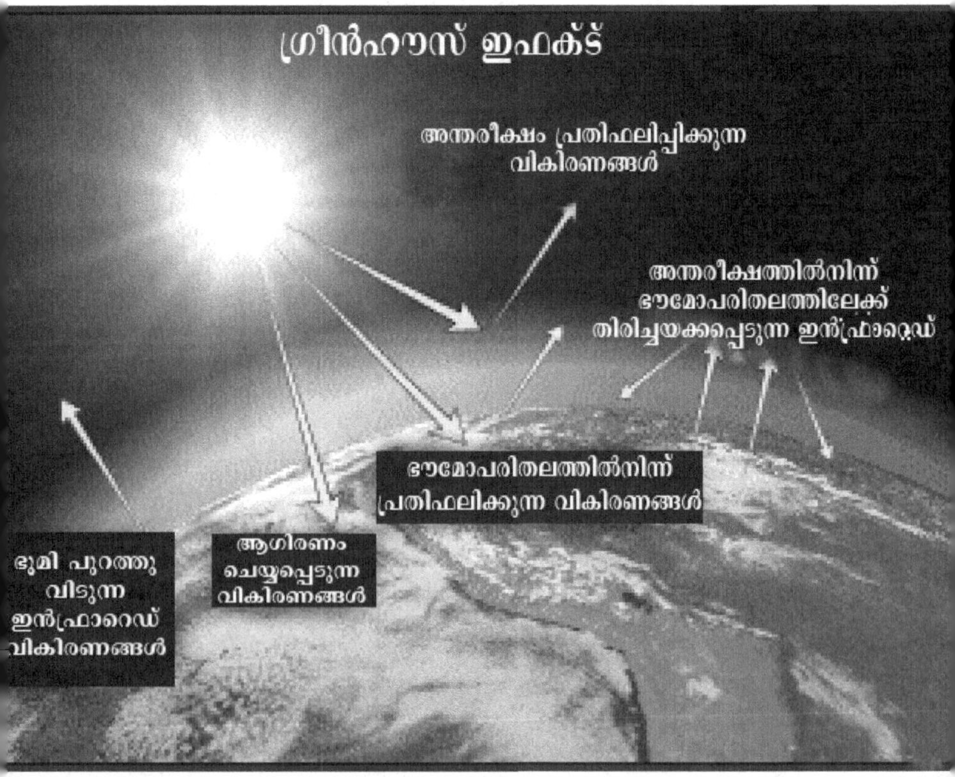

4. GHGs വിടുന്ന വ്യവസായങ്ങൾ നിയന്ത്രിക്കുക അല്ലെങ്കിൽ വാതകം മാറ്റുക. എങ്കിലും ആശ്വാസകരമായിട്ടുള്ളത് ഇതാണ്: ലോകജനസംഖ്യയിൽ 17% ഇന്ത്യാക്കാരാണ്. എന്നാൽ വെറും 0.4% GHGs മാത്രമാണ് നമ്മുടെ പുറന്തള്ളൽ. വെറും 0.8% പെട്രോളിയം ശേഖരമാണ് നമ്മുടെ രാജ്യത്തുള്ളത്.

ആണവ ഇന്ധനം

പുതിയതും പുതുക്കപ്പെടാത്തതുമായ ഊർജ്ജസ്രോതസ്സാണ് ആണവ ഇന്ധനം. പണ്ട് പാറകൾ ഉരസി മനുഷ്യൻ തീയുണ്ടാക്കി. അങ്ങനെ പാചകത്തിലേക്കും സ്വരക്ഷയിലേക്കും മുതൽകൂട്ടി. കഴിഞ്ഞ നൂറ്റാണ്ടിൽ പൂർണ്ണ സംഹാരത്തിലേക്കുവരെ നയിക്കാവുന്ന ഒരു കണ്ടുപിടുത്തമുണ്ടായി. ന്യൂട്രോൺ എന്ന കണികയെ യുറേനിയം ന്യൂക്ലിയസ്സിൽ പതിപ്പിച്ച് അതിനെ വിഘടിപ്പിച്ച് രണ്ട് ചെറിയ ന്യൂക്ലിയസ്സുകളാക്കി മാറ്റുന്നു. ഒപ്പം കുറച്ച് ദ്രവ്യം ഊർജ്ജമായി പരിവർത്തനം ചെയ്യുന്നു. ഇതുപയോഗിച്ച് വെള്ളം നീരാവിയാക്കി വൈദ്യുത ജനറേറ്റർ കറക്കി കറണ്ടുണ്ടാക്കുന്നു, ഇതാണ് ആണവോർജ്ജം. ഈ പ്രക്രിയ നിർവഹിക്കാൻ കഴിയുന്ന സങ്കീർണ്ണമായ ക്രമീകരണത്തെ ആണവറിയാക്ടർ എന്ന് വിളിക്കുന്നു. ആണവ റിയാക്ടറിലുള്ള നിയന്ത്രണങ്ങളും സുരക്ഷയുമൊന്നുമില്ലാതെ കുറച്ച് ഇന്ധനം ഒരുമിച്ച് ചേർത്ത് ഒരു നിശ്ചിത ഭാരമാകുമ്പോൾ (മനഃപൂർവ്വം) മേൽപ്പറഞ്ഞ പ്രക്രിയയിലൂടെ അതിശക്തമായ സ്ഫോടനം നടക്കുകയും ഞൊടിയിടയിൽ ഭീമമായ അളവിൽ താപവും ജ്വാലയും മാരകമായ വികിരണങ്ങളും സൃഷ്ടിച്ച് സംഹാരം പൂർണ്ണമാക്കുന്നു. ഇതാണ് അണുബോംബ് സ്ഫോടനം. ഒരു നിശ്ചിത അളവ് ഇന്ധനമെടുത്താൽ അതിലെ ഒരാറ്റത്തിന് വിഘടനമുണ്ടായാൽ പകർച്ചവ്യാധിപോലെ സാമുദായിക കലാപം പോലെ ആറ്റത്തിൽ നിന്ന് ആറ്റങ്ങളിലേക്ക് വിഘടനം പടരുന്നതിനെ ശൃംഖലാ പ്രവർത്തനം (Chain reaction) എന്നു വിളിക്കുന്നു. അങ്ങനെ നിയന്ത്രണമില്ലാത്ത ത്വരിതഗതിയിലുള്ള ചെയിൻ റിയാക്ഷൻ അണുബോംബും നിയന്ത്രണവിധേയമായി സ്ഥിരതയോടെ ചെയിൻ റിയാക്ഷൻ നടത്തുന്ന സംവിധാനത്തെ ആണവറിയാക്ടർ എന്നും വിളിക്കുന്നു. ആണവറിയാക്ടർ അതീവ ജാഗ്രതയോടെ നടത്തിക്കൊണ്ടുപോകേണ്ടതാണെന്ന് വ്യക്തം. ആണവറിയാക്ടറിന്റെ തകർച്ച സൃഷ്ടിക്കുന്ന വിപത്തുകൾക്ക് രാജ്യാതിർത്തികൾ പ്രശ്നമല്ല. അതുകൊണ്ട് തന്നെ ഇതിനായി തെരഞ്ഞെടുക്കുന്ന സ്ഥലങ്ങളും സാങ്കേതികവിദ്യയും സുരക്ഷയും അന്താരാഷ്ട്ര സമൂഹത്തിന് ബോധ്യപ്പെടേണ്ടതുണ്ട്. ഇറ്റലി ആസ്ഥാനമായുള്ള ഇന്റർനാഷണൽ ഏജൻസി ഫോർ അറ്റോമിക് എനർജ്ജി (IAEA) ഇക്കാര്യത്തിൽ വേണ്ടുന്ന മാർഗ്ഗനിർദ്ദേശങ്ങൾ വച്ചിട്ടുണ്ട്. എങ്കിലും ചില രാഷ്ട്രീയ മേൽക്കൈ ഉണ്ടാകാറുണ്ട്.

അടുപ്പിൽ വിറക് എരിയുന്നതുപോലെ ആണവ ഇന്ധനം റിയാ

അണുബോംബ് സ്ഫോടനം

ക്ടറിൽ അണുവിഘടനത്തിന് വിധേയമായി താപോർജ്ജം തരുന്നു. ഒരു വ്യത്യാസം മാത്രം. വിറകെരിഞ്ഞാൽ ചാരം, കൃഷിക്കനുയോജ്യമായ വളം. റിയാക്ടറിലെ 'ചാരം' മാരകമായ വികിരണങ്ങൾ ഉൽസർജ്ജിക്കുന്ന, ആർക്കും വേണ്ടാത്ത, കളയാൻ ഒരിടമില്ലാതെ നാം വലയുന്ന സാഹചര്യവും സൃഷ്ടിക്കുന്ന വേസ്റ്റ്. 'ന്യൂക്ലിയർ വേസ്റ്റ് ഡിസ്പോസൽ' അതീവ ജാഗ്രതയോടെ കൈകാര്യം ചെയ്യേണ്ടുന്ന ഒന്നാണ്. ഇന്ധനങ്ങളുടെ ഇറക്കുമതി ബോംബിനാണോയെന്ന് സംശയിച്ച് ഒട്ടേറെ രാഷ്ട്രീയ പ്രശ്നങ്ങൾക്കും രാജ്യങ്ങൾ തമ്മിലുള്ള ശത്രുതയ്ക്കും ആയുധപ്പന്തയത്തിനും വഴിതെളിക്കാറുണ്ട്. എന്നാലും മിക്കരാജ്യങ്ങളും ഈ വഴിക്ക് മുന്നോട്ടു തന്നെ. ആണവോർജ്ജം മുഖ്യസ്രോതസ്സായി കണ്ട് നടപ്പിലാക്കുന്നു. ഊർജ്ജ സുരക്ഷിതത്വത്തിനും സ്വരക്ഷയ്ക്കും വേണ്ടി. എങ്ങനെയാണ് ആണവോർജ്ജം ലഭിക്കുന്നതെന്ന് മനസ്സിലാക്കാം.

പത്രവാർത്തകളിൽ ഏറെ സ്ഥലം പിടിച്ചിട്ടുള്ള പദാർത്ഥങ്ങളാണ് യുറേനിയം, തോറിയം, പ്ലൂട്ടോണിയം, സമ്പുഷ്ടയുറേനിയം തുടങ്ങിയവ. ആറ്റത്തിൽ വിവിധ പഥമേഖലകളിൽ ഇലക്ട്രോണുകളും അണുകേന്ദ്രത്തിൽ (ന്യൂക്ലിയസ്) പ്രോട്ടോണും ന്യൂട്രോണുകളുമുണ്ടെന്ന് ഹൈസ്കൂൾ ക്ലാസ്സുകളിൽ പഠിച്ചിട്ടുണ്ട്. ഇതിൽ പ്രോട്ടോണിനും ഇലക്ട്രോണിനും പോസിറ്റീവും നെഗറ്റീവും ചാർജ്ജുകളാണുള്ളത്. ന്യൂട്രോണിന് ചാർജ്ജില്ല, ന്യൂട്രലാണ്. അതുകൊണ്ട് വികർഷണമില്ലാതെ ന്യൂട്രോണിന് ആറ്റത്തിനുള്ളിലേക്ക് കടന്നു ചെല്ലാൻ കഴിയും. ചാഡ്വിക്ക് എന്ന ശാസ്ത്രജ്ഞനാണ് ന്യൂട്രോണിനെ കണ്ടെത്തിയത്. ന്യൂട്രോൺ വികിരണത്തെ വിവിധ മൂലകങ്ങളിലൂടെ കടത്തിവിട്ടപ്പോൾ റേഡിയോ ആക്റ്റിവിറ്റി പ്രദർശിപ്പിക്കുന്ന പുതിയ മൂലകങ്ങൾ ഉണ്ടാകുന്നതായി എൻറിക്കോ ഫെർമി കണ്ടുപിടിച്ചു.

ന്യൂട്രോണുകൾ വ്യത്യസ്ത ഊർജ്ജനിലകളിൽ കാണപ്പെടുന്നു. അന്തരീക്ഷ വായുവിലെ (30 ഡിഗ്രി) തന്മാത്രകളുടെ ശരാശരി ഊർജ്ജം വഹിക്കുന്ന ന്യൂട്രോണുകളെ തെർമൽ ന്യൂട്രോൺ എന്നു വിളിക്കുന്നു.

ഫാസ്റ്റ്, സൂപ്പർഫാസ്റ്റ് ന്യൂട്രോണുകളുമുണ്ട്. ഈ ഊർജ്ജത്തിന്റെ പരിമാണം ഏകദേശം 0.04 eV ആകുന്നു. ഒരു ഇലക്ട്രോൺ വോൾട്ട് (eV) എന്നത് ഇലക്ട്രോൺ ഒരു വോൾട്ട് പൊട്ടൻഷ്യൽ വ്യത്യാസത്തിൽ ആകർഷിക്കപ്പെടുമ്പോൾ അതിനു കിട്ടുന്ന ഗതികോർജ്ജമാണ്. തെർമൽ ന്യൂട്രോണാണ് യുറേനിയത്തിന്റെ ന്യൂക്ലിയസ്സിൽ കടന്നു കയറി അതിനെ അസ്ഥിരപ്പെടുത്തി രണ്ടു ചെറിയ ന്യൂക്ലിയസ്സുള്ള മൂലകങ്ങളാക്കി മാറ്റുന്നത്. ചുരുക്കത്തിൽ തെർമൽ ന്യൂട്രോൺ അണുവിഘടനം നടത്തുന്നു. ഫാസ്റ്റ് ന്യൂട്രോണിനെ യുറേനിയം ന്യൂക്ലിയസ്സ് വിഘടിക്കാതെ ആഗിരണം ചെയ്തുവെയ്ക്കും. യുറേനിയം സംയുക്തങ്ങളടങ്ങിയ ലായനികളെ തെർമൽ ന്യൂട്രോൺ പ്രവാഹത്തിൽ വെച്ചപ്പോൾ പുതിയ റേഡിയോ ആക്ടിവതയുള്ള പദാർത്ഥങ്ങൾ കിട്ടി. ഈ ഗവേഷണ ഗ്രൂപ്പിൽ ഉണ്ടായിരുന്നത് ഭൗതിക ശാസ്ത്രജ്ഞയായ മീറ്റ്നെർ (Meitner) രസതന്ത്രജ്ഞരായ ഓട്ടോ ഹാൻ (Otto Hann) ഫ്രിറ്റ്സ് സ്ട്രാസ്മാൻ (Fritz Strassmann) എന്നിവരായിരുന്നു. ഈ പരീക്ഷണങ്ങളുടെ തുടർച്ചയായി മീറ്റ്നെറും ഓട്ടോ ഫ്രിഷും ഇനി പറയുന്ന നിഗമനത്തിലെത്തി. യുറേനിയം ന്യൂക്ലിയസ്സ് തെർമൽ ന്യൂട്രോണിനെ ആഗിരണം ചെയ്ത് വിഭജിച്ച്, ഊർജ്ജോല്പാദനത്തിലൂടെ ഏകദേശം തുല്യ ഭാരങ്ങളുള്ള രണ്ടു ന്യൂക്ലിയസ്സായി മാറുന്നു. ഇതിലൊന്ന് ബേരിയമാണെന്നും കണ്ടെത്തിയിരുന്നു. ഓട്ടോ ഫ്രിഷ് ആണ് ഈ പ്രക്രിയയെ ഫിഷൻ എന്നു പേരിട്ടത്.

യുറേനിയം ആറ്റത്തിൽ പ്രോട്ടോണുകളും ഇലക്ട്രോണുകളും 92 എണ്ണം വീതമുണ്ട്. ന്യൂട്രോണുകളും പ്രോട്ടോണുകളും കൂടി 235 എണ്ണമുണ്ട്. അതായത് 143 ന്യൂട്രോണുകളുണ്ടെന്ന് സാരം. ഈ യുറേനിയം ആറ്റത്തെ ഇങ്ങനെ എഴുതി കാണിക്കുന്നു. $_{92}U^{235}$. എന്നാൽ ചില യൂറേനിയം ആറ്റത്തിന്റെ ന്യൂക്ലിയസ്സിൽ 3 ന്യൂട്രോൺ കൂടി അധികമുണ്ടാകും. ഇതിനെ $_{92}U^{238}$ എന്ന് എഴുതി കാണിക്കുന്നു. ഇവ രണ്ടും യുറേനിയത്തിന്റെ ഐസോട്ടോപ്പുകളെന്ന് വിളിക്കുന്നു. പ്രകൃത്യാകിട്ടുന്നതിൽ, ആയിരത്തിൽ 993 എണ്ണവും $_{92}U^{238}$ ആകുന്നു. വെറും 7 എണ്ണമാണ് $_{92}U^{235}$. രണ്ടാമത്തേതാണ് തെർമൽ ന്യൂട്രോൺ പതിക്കുമ്പോൾ വിഘടനം ഉണ്ടാകുന്നത്, അതായത് ഫിഷന് വിധേയമാകുന്നത്. യുറേനിയത്തിൽ $_{92}U^{235}$ –ന്റെ അളവ് കൂട്ടുന്നതിനെ യുറേനിയത്തിന്റെ സമ്പുഷ്ടമാക്കൽ എന്നാണ് പറയുക. നമുക്ക് ഇതിനുള്ള സാങ്കേതികവിദ്യ സ്വായത്തമാക്കാൻ കഴിഞ്ഞിട്ടില്ല. ലേസറോ ചില രാസപ്രവർത്തനങ്ങളോ നടത്തി യുറേനിയത്തെ സമ്പുഷ്ടമാക്കാം. ഇങ്ങനെ കിട്ടുന്ന യുറേനിയത്തിൽ ആയിരത്തിന് 30 എന്ന നിരക്കിൽ U^{235} ഉണ്ടാകും.

ഒരു തെർമൽ ന്യൂട്രോൺ U-235 ന്റെ ന്യൂക്ലിയസ്സിൽ പതിക്കുമ്പോൾ ന്യൂക്ലിയസ്സ് വിഘടിച്ച് സീനോണും (Xe) സ്ട്രോൺഷ്യവും (Sr) രണ്ടു ന്യൂട്രോണുകളുമുണ്ടാകുന്നു. ഒപ്പം കുറച്ച് ഊർജ്ജവും. വിഘടനശേഷമുള്ളതിന്റെ ആകെ മാസ്സും അതിനുമുമ്പുണ്ടായിരുന്ന മാസ്സും

തമ്മിൽ അല്പം വ്യത്യാസമുണ്ട്. ഈ കുറവുള്ള മാസ്സ് (m) ഐൻസ്റ്റീന്റെ $E=mc^2$ എന്ന സമവാക്യമനുസരിച്ച് ഊർജ്ജമായി മാറുന്നു. ന്യൂക്ലിയർ ഫിഷൻ ഇങ്ങനെ എഴുതി കാണിക്കാം.

$$n +_{92} U^{235} \rightarrow_{54} Xe^{140} +_{38} Sr^{94} + 2n$$

അതീവ റേഡിയോ ആക്ടിവതയുള്ളതാണ് Xe യും Sr ഉം. ബീറ്റാ കിരണങ്ങൾ പുറത്തേക്ക് വരുന്നു. അവസാനം സീറിയ (Ce) വും സിർക്കോണി (Zr) യവുമായിത്തീരുന്നു.

സമ്പുഷ്ട യുറേനിയത്തിലേക്ക് തെർമൽ ന്യൂട്രോണിനെ കടത്തിവിട്ടാൽ 2 ന്യൂട്രോണുകൾ ലഭിക്കുന്നു. കൃത്യമായി പറയുകയാണെങ്കിൽ 2 യുറേനിയം ന്യൂക്ലിയസ്സിൽ നിന്ന് 5 ന്യൂട്രോൺ ശരാശരി കിട്ടുന്നു. അധികമുള്ള ന്യൂട്രോൺ മറ്റൊരു ന്യൂക്ലിയസ്സിനെ വിഘടിപ്പിക്കുന്നു. വളരെ വേഗം ജോമെട്രിക് പ്രോഗ്രഷൻ പോലെ വർദ്ധിക്കുന്നു. പക്ഷേ പ്രയോഗികമായി ഇങ്ങനെ സംഭവിക്കുന്നില്ല. കാരണം ഫിഷനിൽ കിട്ടുന്ന ന്യൂട്രോണിന്റെ ഊർജ്ജം തെർമൽ ന്യൂട്രോണിനെ അപേക്ഷിച്ച് 10 കോടി ഇരട്ടിയാണ്. അതുകൊണ്ട് ഫിഷൻ നടക്കണമെങ്കിൽ ന്യൂട്രോണിന്റെ വേഗത കുറച്ച് തെർമൽ ന്യൂട്രോണാക്കണം. ഇതിനുപയോഗിക്കുന്ന പദാർത്ഥങ്ങളെ മോഡറേറ്റർ എന്നു വിളിക്കുന്നു. ഉദാഹരണം: ജലം (H_2O), ഗ്രാഫൈറ്റ്, ഘനജലം (ഹെവി വാട്ടർ, D_2O) തുടങ്ങിയവ. ഇപ്രകാരം മോഡറേറ്ററിന്റെ സാന്നിദ്ധ്യത്തിൽ ഫിഷൻ സാധ്യമാണ്. ന്യൂട്രോണിന്റെ വേഗത കുറയ്ക്കുക മാത്രമേ ചെയ്യാവൂ. അതിനെ ആഗിരണം ചെയ്യാൻ പാടില്ല. ഈ പ്രത്യേകതകളുള്ള പദാർത്ഥങ്ങളാണ് മോഡറേറ്റർ ആയി തെരഞ്ഞെടുക്കുക. അടുത്തടുത്ത രണ്ട് ഘട്ടങ്ങളിലെ ന്യൂട്രോണിന്റെ എണ്ണം നിർണ്ണായകമാണ്. ഒരു ഘട്ടത്തിലെ ന്യൂട്രോണിന്റെ എണ്ണത്തിന് തൊട്ടുമുന്നിലെ ഘട്ടത്തിലെ ന്യൂട്രോണിന്റെ എണ്ണവുമായുള്ള റേഷ്യോയെ k (multiplication factor) എന്ന് സൂചിപ്പിക്കാം. ആണവ റിയാക്ടറിൽ k=1 ആയാൽ ന്യൂട്രോണുകളുടെ എണ്ണം സ്ഥിരമാണെന്നും ഒരു നിശ്ചിത നിരക്കിൽ ഊർജ്ജം ലഭ്യമാകുന്നുവെന്നുമാണ്. ഇത് സാധ്യമായ റിയാക്ടറിന്റെ അവസ്ഥയെ 'ക്രിട്ടിക്കൽ' എന്നു വിളിക്കുന്നു. k-യുടെ വില ഒന്നിൽ കൂടിയാൽ റിയാക്ടർ സൂപ്പർ ക്രിട്ടിക്കലാവുകയും അനിയന്ത്രിതമായി ഊർജ്ജമുണ്ടായി സ്ഫോടനം വരെ സംഭവിക്കാം. പക്ഷേ പരിഹാരമുണ്ട്. അപ്പോൾ ന്യൂട്രോൺ സംഖ്യ നിയന്ത്രിച്ചേ മതിയാകൂ. ഇതിനായി ന്യൂട്രോണിനെ പെട്ടെന്ന് ആഗിരണം ചെയ്യുന്ന പദാർത്ഥങ്ങൾ ഉപയോഗിക്കുന്നു. വ്യാപകമായി ഉപയോഗിക്കുന്നത് കാഡ്മിയം റോഡുകളാണ് (cadmium rods). റിയാക്ടറിനുള്ളിൽ ആവശ്യാനുസരണം കടത്തി ന്യൂട്രോൺ നമ്പർ നിയന്ത്രിക്കാം. അങ്ങനെ k=1 ആവുകയും റിയാക്ടർ ക്രിട്ടിക്കലാവുകയും ചെയ്യുന്നു. ഒരു സാഹചര്യം കൂടിയുണ്ട്. k യുടെ വില ഒന്നിൽ കുറഞ്ഞാൽ റിയാക്ടർ സബ്ക്രിട്ടിക്കലാവും. ന്യൂട്രോണുകളുടെ എണ്ണം കുറഞ്ഞു കുറഞ്ഞ് പ്രവർത്തനം നിലയ്ക്കും. ഈ സാഹചര്യവും ഒഴിവാക്കാം. കൺട്രോൾ

റോഡ് അഡ്ജസ്റ്റ് ചെയ്തു ക്രിട്ടിക്കലാക്കാം.

പ്രഷറൈസഡ് വാട്ടർ റിയാക്ടറിന്റെ ഏകദേശരൂപം ചിത്രത്തിൽ കൊടുത്തിരിക്കുന്നു. ഇത് എങ്ങനെ പ്രവർത്തിക്കുന്നുവെന്ന് മനസ്സിലാക്കാം. ഇന്ധനമായ യുറേനിയം ഓക്സൈഡ് ക്യാപ്സൂൾ (pellets) രൂപത്തിൽ ഒരു ലോഹപൈപ്പിന്റെ ഉള്ളിലേക്ക് രണ്ടറ്റത്തുകൂടി കടത്തിവയ്ക്കുന്നു. ഇതിനെ ഇന്ധന റോഡുകളെന്നു വിളിക്കുന്നു. ഇവയെ ചുറ്റി മോഡറേറ്റർ ദ്രാവകം (ഇവിടെ വെള്ളം) വലയം ചെയ്തിരിക്കുന്നു. ഈ

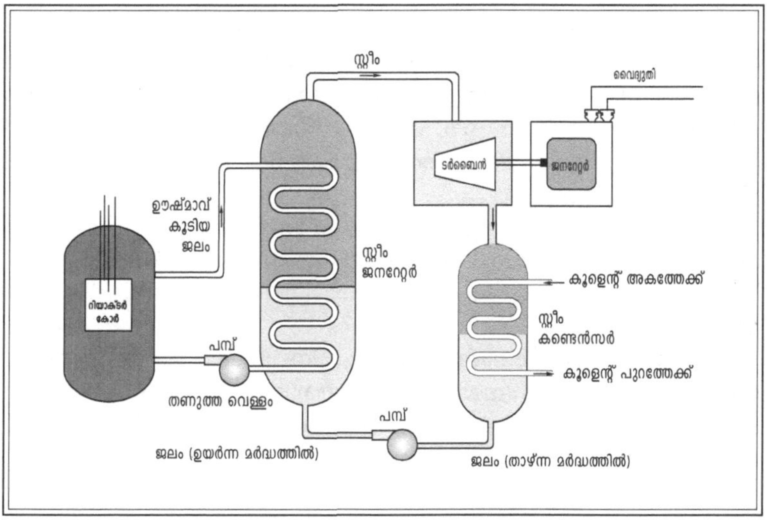

പ്രെഷറൈസ്ഡ് വാട്ടർ റിയാക്ടർ

ക്രമീകരണത്തെ റിയാക്ടർ കോർ എന്നു വിളിക്കുന്നു. വിഘടനഫലമായി പുറത്തേക്കുവരുന്ന ന്യൂട്രോൺ മോഡറേറ്ററിൽ തട്ടിയും മുട്ടിയും വേഗത കുറഞ്ഞ് വീണ്ടും ഇന്ധനത്തിലേക്ക് മടങ്ങി ന്യൂക്ലിയർ ഫിഷൻ നടത്തുന്നു. ഇത് സാധ്യമാകുന്ന തരത്തിലൊരു ജാമ്യതിയായിരിക്കും റിയാക്ടർ കോറിനുള്ളത്.

റിയാക്ടറിനുള്ളിലുണ്ടാകുന്ന ഭീമമായ താപം എങ്ങനെ പുറത്ത് കൊണ്ടുവരും? റിയാക്ടറിലേക്ക് കുഴൽവഴി പമ്പ് ചെയ്യുന്ന വെള്ളം വളരെ ഉയർന്ന ഊഷ്മാവിലേക്കും മർദ്ദത്തിലേക്കും ഉയരും. ഇതിനെ നേരേ സ്റ്റീം ജനറേറ്ററിലേക്ക് കടത്തിവിടുന്നു. അതിനുള്ളിലെ വെള്ളത്തിലൂടെ അതിതപ്തവും ഉന്നതമർദ്ദവുമുള്ള ഈ വെള്ളം പൈപ്പ് വഴി പോകുമ്പോൾ ചുറ്റും വലയം ചെയ്ത വെള്ളം ബാഷ്പീകരിക്കുകയും അതിതപ്ത നീരാവി ഉല്പാദിപ്പിക്കുകയും ചെയ്യുന്നു. ഈ നീരാവി ടർബൈൻ കറക്കി വൈദ്യുതിയുണ്ടാക്കുന്നു. ഊഷ്മാവ് കുറഞ്ഞ നീരാവിയെ തണുപ്പിച്ച് സാന്ദ്രീകരിച്ച് വീണ്ടും സ്റ്റീം ജനറേറ്ററിലോട്ട് കടത്തി

വിടുന്നു. ഇവിടെ റിയാക്ടർ കോറിലൂടെ കടന്നുപോകുന്ന വെള്ളം സ്റ്റീം ജനറേറ്റർ വഴി സർക്കുലേറ്റ് ചെയ്യുന്നു. സ്റ്റീം ജനറേറ്ററിനകത്തെ പൈപ്പിനു ചുറ്റുമുള്ള വെള്ളമാണ് നീരാവിയായി ടർബൈനെ കറക്കുന്നത്. ഈ രണ്ടു ജലപ്രവാഹങ്ങളുമായി നേരിട്ട് ബന്ധമില്ല. മറ്റൊന്ന്, വെള്ളം മോഡറേറ്ററായും ഒപ്പം താപവാഹിയായും പ്രവർത്തിക്കുന്നു. ഇതിനെ പ്രഷറൈസ്ഡ് വാട്ടർ റിയാക്ടർ എന്നു വിളിക്കുന്നു. ഹെവി വാട്ടർ മോഡറേറ്ററായി ഉപയോഗിക്കുന്നതിനെ പ്രഷറൈസ്ഡ് ഹെവി വാട്ടർ റിയാക്ടർ (PHWR) എന്നു വിളിക്കുന്നു.

പ്രവർത്തനശേഷമുള്ള ന്യൂക്ലിയർ അവശിഷ്ടങ്ങൾ അതീവ റേഡിയോ ആക്റ്റിവതയുള്ളതാണ്. ഇത് ജീവജാലങ്ങളെ പ്രതികൂലമായി ബാധിക്കുന്ന ഒന്നാണ്. അതീവ ജാഗ്രതയോടെ നീക്കം ചെയ്യേണ്ടുന്നതാണ് മാരകമായ ഈ പദാർഥം. ഇതിൽ പ്ലൂട്ടോണിയം വേർതിരിച്ചെടുത്ത് ഇന്ധനമായി മറ്റൊരു റിയാക്ടറിൽ ഇന്ധനമായി ഉപയോഗിക്കുന്ന വിദ്യ ഉണ്ട്.

യുറേനിയത്തിലുള്ള 97% വരുന്ന ഫിഷന് വിധേയമല്ലാത്ത $_{92}U^{235}$ ന്യൂട്രോണിനെ ആഗിരണം ചെയ്ത് പ്ലൂട്ടോണിയമായി (Pu)തീരുന്നു.

$$n + _{92}U^{238} \rightarrow _{94}Pu^{239} + \bar{e} + \bar{\nu}$$

കൂടാതെ ഇലക്ട്രോണും ($\bar{e}$) ആന്റിന്യൂട്രിനോയും ($\bar{\nu}$) ഉണ്ടാകുന്നു. പ്ലൂട്ടോണിയം തീവ്രമായ റേഡിയോ ആക്റ്റിവത കാണിക്കുന്നു. തെർമൽ ന്യൂട്രോൺ തട്ടിയാൽ ഇതിന് ഫിഷൻ ഉണ്ടാകും. ബോംബുണ്ടാക്കാൻ നല്ലതാണ് പ്ലൂട്ടോണിയം.

ആണവ റിയാക്ടറുകളിൽ ഇന്ധനമായി യുറേനിയം-233, യുറേനിയം-235, പ്ലൂട്ടോണിയം, തോറിയം തുടങ്ങിയവ ഉപയോഗിക്കാവുന്നതാണ്. മിക്കതിലും ഘനജലമാണ് മോഡറേറ്റർ.

നമ്മുടെ ആണവ പരിപാടികളുടെ ശില്പി ഡോ. ഹോമി ജെ. ഭാഭയായിരുന്നു. ഇന്ത്യൻ അണുഗവേഷണത്തിന്റെ സിരാകേന്ദ്രം ഭാഭാ അറ്റോമിക് റിസേർച്ച് സെന്റർ (BARC) ആണ്. രാജ്യത്തെ ആദ്യത്തെ ആണവറിയാക്ടർ (APSARA), 1956 ആഗസ്റ്റ് 4-നാണ് ആരംഭിച്ചത്. ഇന്ധനം സംപുഷ്ട യുറേനിയവും മോഡറേറ്റർ ജലവുമാണ് ഉപയോഗിച്ചത്. ഇന്ത്യയും കാനഡയും ചേർന്ന് 1960-ൽ യുറേനിയം ഇന്ധനമായും ഹെവിവാട്ടർ മോഡറേറ്ററായും തുടങ്ങിയതാണ് CIRUS. കൂടാതെ സെർലിന, പൂർണ്ണിമ, കാമിനി, ധ്രുവ തുടങ്ങി ഏറെ റിയാക്ടറുകൾ കമ്മീഷൻ ചെയ്യുകയുണ്ടായി.

ഇന്ത്യയും ആണവോർജ്ജവും

1948-ൽ ആരംഭിച്ച അറ്റോമിക് എനർജി കമ്മീഷൻ (AEC) ആണ് രാജ്യത്തിന്റെ ആണവ നയരൂപീകരണവും പരിപാടികളും മറ്റും ആസൂത്രണം ചെയ്യുന്നത്. 1954-ൽ ആരംഭിച്ച ഡിപ്പാർട്ട്മെന്റ് ഓഫ് അറ്റോ

മിക് എനർജി (DAE)ക്കു വേണ്ടുന്ന ബഡ്ജറ്റ് തയ്യാറാക്കൽ, പദ്ധതി നടപ്പിനു നേതൃത്വം നല്കുക തുടങ്ങിയ കാര്യങ്ങളിൽ AEC സജീവമായി പങ്കെടുക്കുന്നു. ആണവശക്തി ജീവിത നിലവാരം ഉയർത്തുന്നതിനാവശ്യമായ വൈദ്യുതോർജ്ജം, മെഡിക്കൽ, വ്യാവസായിക ആവശ്യങ്ങൾ തുടങ്ങിയ സമാധാനപരമായി കാര്യങ്ങൾക്ക് മാത്രം ഉപയോഗിക്കണമെന്ന നിർദ്ദേശം 1962-ലെ അറ്റോമിക് എനർജി ആക്ട് മാർഗ്ഗനിർദ്ദേശം നല്കുന്നു. കൂടാതെ റേഡിയേഷൻ നിയന്ത്രണം, സുരക്ഷിതമായ രീതിയിൽ ആണവാവശിഷ്ടങ്ങൾ നീക്കം ചെയ്യുക തുടങ്ങിയ കാര്യങ്ങളിലും ശ്രദ്ധ ചെലുത്തുന്നുണ്ട്. ആണവ സംബന്ധമായ ഗവേഷണ-വികസന പ്രവർത്തനങ്ങൾ, യുറേനിയം ധാതുക്കളുടെ തിരച്ചിൽ, ഘനജല പ്ലാന്റുകളുടെ നിർമ്മാണം തുടങ്ങിയ കാര്യങ്ങളും DAE നിർവ്വഹിക്കുന്നു.

ആണവറിയാക്ടറുകളുടെ രൂപകല്പന, നിർമ്മാണം, പ്രവർത്തിപ്പിക്കൽ, പരിപാലനം, അറ്റകുറ്റപ്പണികൾ തുടങ്ങിയ കാര്യങ്ങളെല്ലാം നിർവ്വഹിക്കുന്നത് കേന്ദ്രസർക്കാരിന്റെ ഉടമസ്ഥതയിലുള്ള ന്യൂക്ലിയർ പവർ കേർപ്പറേഷൻ ഓഫ് ഇന്ത്യ ലിമിറ്റഡ് (NPCIL) ആണ്.

ഗവേഷണവും ആണവ റിയാക്ടർ രൂപകല്പനയുമൊക്കെ സംബന്ധിച്ച സമഗ്രപഠനങ്ങൾ മുഖ്യമായും നടക്കുന്ന കേന്ദ്രങ്ങളാണ് ചുവടെ കൊടുത്തിരിക്കുന്നത്.

1. ഭാഭാ അറ്റോമിക് റിസെർച്ച് സെന്റർ
2. സെന്റർ ഫോർ അഡ്വാൻസ്ഡ് ടെക്നോളജി
3. ഇന്ദിരാഗാന്ധി സെന്റർ ഫോർ അറ്റോമിക് റിസേർച്ച്
4. വേരിയബിൾ എനർജി സൈക്ലോട്രോൺ സെന്റർ

ആണവ റിയാക്ടറുകളുടെ രൂപകല്പന, നിർമ്മാണം, നിയന്ത്രണം, നടത്തിപ്പ്, ന്യൂക്ലിയർ വേസ്റ്റ് മാനേജ്മെന്റ് അതിലുപരി സുരക്ഷ തുടങ്ങിയ കാര്യങ്ങളിൽ അന്താരാഷ്ട്ര നിലവാരം പുലർത്താൻ കഴിയുന്ന തരത്തിൽ കാര്യങ്ങൾ സ്വയം ആർജ്ജിച്ചിട്ടുണ്ട്. ഇന്ത്യയുടെ സാങ്കേതിക മികവുകളിൽ അന്താരാഷ്ട്ര ശ്രദ്ധപിടിച്ചു പറ്റിയിട്ടുള്ളത് ആണവ കാര്യങ്ങളും റോക്കറ്റ് ടെക്നോളജിയുമാണ്. ഇത് എഴുതിയ പേന ജർമ്മൻ ടെക്നോളജിയാണ്.

ചെയിൻ പദ്ധതികൾ

വൈദ്യുതോർജ്ജം വൻതോതിൽ ഉല്പാദിപ്പിച്ചെങ്കിൽ മാത്രമേ വർത്തമാന കാലഘട്ടത്തിൽ പ്രതീക്ഷിക്കുന്ന വളർച്ചാ നിരക്ക് നേടാനാവൂ. ആണവോർജ്ജം ഇക്കാര്യത്തിൽ അനന്തമായ സാധ്യതകൾ തുറക്കുന്നു. ഇന്ത്യയുടെ ആണവോർജ്ജപരിപാടികൾക്കു മൂന്ന് ഘട്ടങ്ങളുണ്ട്. ഇത് ആണവോർജ്ജ സംബന്ധമായി നാം നേടിയെടുത്ത വൈദഗ്ധ്യവുമായി ബന്ധപ്പെട്ടിരിക്കുന്നു. ബോംബുണ്ടാക്കാമെന്നുള്ളതുകൊണ്ട് മിക്ക രാജ്യങ്ങളും ഇതു സംബന്ധിച്ചുള്ള ശരിയായ അറിവും അനു

ഭവും പങ്കുവയ്ക്കാറില്ല. മറിച്ച് എതിർപ്പുകളെയും വെല്ലുവിളികളെയും അതിജീവിച്ച് വികസിപ്പിച്ചെടുക്കേണ്ടതാണ്. ഇന്ത്യക്ക് അതിന് കഴിഞ്ഞിട്ടുണ്ട്. അതിനുള്ള മാനവശേഷിയും ചുറ്റുവട്ടങ്ങളും ഇന്ത്യക്ക് ഉണ്ടെന്ന് ലോകത്തിന് ബോധ്യമായിട്ടുണ്ട്.

ഒന്നാംഘട്ടം

പരിമിതമായ തോതിലെങ്കിലും കിട്ടുന്ന യുറേനിയം പരമാവധി ഉപയോഗപ്പെടുത്തി ഹെവി വാട്ടർ മോഡറേറ്ററായുള്ള പ്രഷറൈസ്ഡ് ഹെവിവാട്ടർ റിയാക്ടറുകൾ (PHWR) നിർമ്മിച്ചുപയോഗിക്കുക. ഇപ്പോൾ പ്രവർത്തിച്ചുകൊണ്ടിരിക്കുന്ന 17 അണവറിയാക്ടറുകളിൽ 15 എണ്ണവും ഇത്തരത്തിൽ (PHWR) ഉള്ളതാണ്. ഏകദേശം 10,000 MW ശേഷി ഈ ഘട്ടത്തിൽ നേടുകയെന്നുള്ളതുമാണ് ലക്ഷ്യം. 2011–12 ആകുമ്പോഴേക്കും ഇത് സാധ്യമാകുമെന്ന് NPCIL പ്രതീക്ഷിക്കുന്നു. പിന്നീട് എന്തുചെയ്യും? ഈ ഘട്ടത്തിൽ ഉണ്ടാകുന്ന ആണവാവശിഷ്ടത്തിൽ ഏറെ പ്ലൂട്ടോണിയം അടങ്ങിയിരിക്കും.

രണ്ടാം ഘട്ടം

ഒന്നാം ഘട്ടത്തിൽ ഉപയോഗിച്ച് കഴിഞ്ഞ അവശിഷ്ടം വീണ്ടും പ്രോസസ്സ് ചെയ്ത് പ്ലൂട്ടോണിയം വേർതിരിച്ചെടുക്കുന്നു. ഇതിന് സ്വന്തമായ സാങ്കേതികവിദ്യ വികസിപ്പിച്ചെടുത്തിട്ടുണ്ട്. പ്ലൂട്ടോണിയം ഇന്ധനമായി ഉപയോഗിക്കുമ്പോൾ റിയാക്ടറിൽ മോഡറേറ്റർ വേണ്ട, കാരണം ഫാസ്റ്റ് ന്യൂട്രോണാണ് ഫിഷൻ നടത്തുക. ഏറ്റവും ശ്രദ്ധേയമായിട്ടുള്ളതിതാണ്. ആരംഭത്തിൽ ഉണ്ടായിരുന്ന ഇന്ധനത്തേക്കാളും കൂടുതലാണ് അവസാനം. പച്ചവിറക് അടുപ്പിനരുകിൽ വെച്ച് ഉണങ്ങിയ ഒന്ന് രണ്ട് കൊള്ളി വെച്ച് അടുപ്പ് കത്തിച്ച ശേഷം, അരി വെന്തു കഞ്ഞിയായി, ഒപ്പം കൂടുതൽ വിറകും കിട്ടി. അതായത് കൂടുതൽ ഇന്ധനം ഫാസ്റ്റ് ന്യൂട്രോണുകൾ ഉപയോഗിച്ച് ബ്രീഡ് ചെയ്യുന്നു. അതുകൊണ്ടിതിനെ ഫാസ്റ്റ് ബ്രീഡർ റിയാക്ടർ എന്നു വിളിക്കുന്നു. കൽപ്പാക്കത്തുള്ള FBTR (ഫാസ്റ്റ് ബ്രീഡർ ടെസ്റ്റ് റിയാക്ടർ) ഇന്ത്യയുടെ ഈ രംഗത്തുള്ള വിജയത്തിന് തെളിവാണ്. ഈ സാങ്കേതികവിദ്യ സ്വന്തമാക്കിയ അഞ്ചാമത്തെ രാജ്യമാണ് നമ്മുടേത്. ഇനിയെന്തു ചെയ്യും?

മൂന്നാം ഘട്ടം

രാജ്യത്തുള്ള തോറിയത്തിന്റെ വൻശേഖരമാണ് ഈ ഘട്ടത്തിലെ ആശ്രയം. ഫാസ്റ്റ് ബ്രീഡർ റിയാക്ടർ ഉപയോഗിച്ച് തോറിയം–232 നെ യുറേനിയം–233 ആക്കി മാറ്റുന്നു. ഇത് ഉപയോഗിച്ചുള്ള പവർ റിയാക്ടറാണ് പ്രവർത്തിപ്പിക്കുക.

ധാതു ഖനനത്തിലും ആണവ ഇന്ധനം വേർതിരിക്കുന്നതിലും രാജ്യത്തിന് സ്വന്തം സാങ്കേതികവിദ്യയുണ്ട്. ആവശ്യത്തിലധികം ഘന

ജലം ഉല്പാദിപ്പിക്കുന്നുണ്ട്. റിയാക്ടറുകളുടെ രൂപകല്പന, നിർമ്മാണം, പ്രവർത്തനം അതിന്റെ നിയന്ത്രണം, ഉപയോഗിച്ച ഇന്ധനങ്ങളുടെ പുനഃപ്രക്രിയ, ന്യൂക്ലിയർ വേസ്റ്റ് നീക്കം ചെയ്യൽ മുതലായവയിലുള്ള വൈദഗ്ധ്യം ഈ രംഗത്ത് ഇന്ത്യക്ക് ഏറെ മുന്നോട്ടു പോകാനും ആണവോർജ്ജം ഉല്പാദിപ്പിക്കാനും കഴിയും.

ഇന്ത്യയിൽ ഇപ്പോൾ 17 ആണവ റിയാക്ടർ യൂണിറ്റുകൾ പ്രവർത്തിക്കുന്നു.

TAPS - താരാപ്പൂർ അറ്റോമിക് പവർ സ്റ്റേഷൻ, മഹാരാഷ്ട്ര
MAPS - മദ്രാസ് അറ്റോമിക് പവർ സ്റ്റേഷൻ, തമിഴ്നാട്
KAIGA - കയിഗാ അറ്റോമിക് പവർ സ്റ്റേഷൻ, കർണ്ണാടക
KAPS - കക്രാപ്പൂർ അറ്റോമിക് പവർ സ്റ്റേഷൻ, ഗുജറാത്ത്
NAPS - നറോറ അറ്റോമിക് പവർ സ്റ്റേഷൻ, ഉത്തർപ്രദേശ്
RAPS - രാജസ്ഥാൻ അറ്റോമിക് പവർ സ്റ്റേഷൻ, രാജസ്ഥാൻ

ഇവയുടെ എല്ലാം വൈദ്യുതോല്പാദന ശേഷി 4120 മെഗാവാട്ട് ആണ്.

നേട്ടങ്ങൾ

1. വൻമുതൽ മുടക്കി വൻതോതിൽ വൈദ്യുതോർജ്ജം ഉല്പാദിപ്പിക്കാം. വളരെക്കുറഞ്ഞ കാലഘട്ടംകൊണ്ട് വികസനമുണ്ടാക്കുന്നതിനും ആശ്രയിക്കാം.
2. ഫോസ്സിൽ ഇന്ധനങ്ങളെപ്പോലെ അന്തരീക്ഷമലിനീകരണവും ആഗോളതപനവുമുണ്ടാക്കുന്നില്ല.
3. വളരെ സുരക്ഷിതമായ രീതിയിൽ നിർമ്മിക്കുന്നതിനാൽ ഭീകരാക്രമണത്തിൽ നിന്ന് ഒരു പരിധിവരെ സുരക്ഷയുണ്ട്.
4. ശാസ്ത്ര–സാങ്കേതിക മികവിന്റെ തെളിവാണ്.
5. പ്രതിജ്ഞാബദ്ധതയും സാമർത്ഥ്യവുമുള്ള ശാസ്ത്ര–സാങ്കേതിക വിദഗ്ധരുടെ ആകർഷണീയമായ പ്രവർത്തന മേഖലയാണ്.
6. വികസിത രാജ്യങ്ങൾ ഏറെ ആശ്രയിക്കുന്നു

കോട്ടങ്ങൾ

1. പുതുക്കപ്പെടുന്ന ഊർജ്ജസ്രോതസ്സല്ല.
2. ന്യൂക്ലിയർ വേസ്റ്റ് തീവ്രമായ റേഡിയോ ആക്ടീവ് സ്രോതസ്സാണ്. ജീവജാലങ്ങളുടെ നിലനിൽപ്പിനെ ബാധിക്കുന്നതാണ്. അതുകൊണ്ട് വേസ്റ്റ് സൂക്ഷിക്കുന്ന സ്ഥലങ്ങൾ ജാഗ്രതയോടെ നിരീക്ഷിക്കുകയും റേഡിയോ ആക്ടിവത തീരെയില്ലെന്ന് ഉറപ്പുവരുത്തേണ്ടിയും വരും. ഇത് വളരെ വളരെ നീണ്ടകാലത്തേക്ക് നിർവ്വഹിക്കേണ്ടി വരും.
3. ജനസാന്ദ്രതയുള്ള പ്രദേശങ്ങളിൽ സ്ഥാപിക്കാൻ കഴിയില്ല.
4. പരാജയം അതിർത്തികടന്നു പോകാം വരാം.

5. വൻ മുതൽമുടക്ക് വേണ്ടി വരുന്നു.
6. കാലഹരണപ്പെട്ടവ പൊളിച്ചു മാറ്റൽ സാങ്കേതികമായി വെല്ലുവിളിയാണ്, ചെലവേറിയതാണ്.
7. ആണവറിയാക്ടറും അണുബോംബും ഒന്നിച്ചു പോവുകയാണ് പതിവ്. ഏറെ രാഷ്ട്രീയ പ്രശ്നങ്ങൾ അന്താരാഷ്ട്ര തലത്തിലുണ്ടാകും.
8. ഇന്ധനങ്ങളുടെ ഖനനം ചെലവേറിയതാണ്.

3

ചെറുകിട ജലവൈദ്യുതി

പുതുക്കപ്പെടുന്ന ഊർജ്ജസ്രോതസ്സുകളിൽ മുഖ്യസ്ഥാനമാണ് ചെറുകിട ജലവൈദ്യുതി അഥവാ സ്മാൾ ഹൈഡ്രോപവർ (SHP) വഹിക്കുന്നത്. വിശാല ഭൂപ്രകൃതിയും മികച്ച ജലസമ്പത്തും സാമ്പത്തിക പരിമിതികളുമുള്ള ഭാരതത്തിന് തികച്ചും അനുയോജ്യമാണ് എസ്സ് എച്ച് പി ഈ വിഭാഗത്തെ പലതായി തരംതിരിച്ചിട്ടുണ്ട്. 5 കിലോവാട്ടും അതിനുതാഴെയും ശക്തിയുള്ളതിനെ പീകോ ജലവൈദ്യുത പദ്ധതിയെന്നും, 5 കിലോവാട്ട് മുതൽ 100 കിലോവാട്ട് വരെയുള്ളതിനെ മൈക്രോയെന്നും, 101 കിലോവാട്ട് മുതൽ 1000 കിലോവാട്ട് അഥവാ ഒരു മെഗാവാട്ട് വരെയുള്ളതിനെ മിനിയെന്നും, 1 മെഗാവാട്ട് മുതൽ 25 മെഗാവാട്ട് വരെയുള്ളതിനെ സ്മാൾ ഹൈഡ്രോപവർ അഥവാ എസ്സ് എച്ച് പിയെന്നും വിളിച്ചുവരുന്നു. 25 മെഗാവാട്ടിന് താഴെയുള്ള എല്ലാത്തിനെയും വേണമെങ്കിൽ സൗകര്യത്തിനായി എസ്സ് എച്ച് പി (SHP) എന്നു വിളിക്കാം.

മേന്മകൾ

താണ നിലത്തേ നീരോടൂ. ഒഴുകുന്ന വെള്ളത്തിൽ എവിടെയെങ്കിലും അല്പം സൗകര്യമുള്ള ഉയരവ്യത്യാസം ഉണ്ടെങ്കിൽ, അല്ലെങ്കിൽ ചെറിയ വെള്ളച്ചാട്ടം അതുമല്ലെങ്കിൽ ഒരു തടയണകെട്ടി വെള്ളം തിരിച്ചുവിട്ട് കുഴൽ വഴി കൊണ്ടുവന്ന് ജനറേറ്റർ പിടിപ്പിച്ച ടർബൈൻ കറക്കി കറണ്ടുണ്ടാക്കാം, വെള്ളം അതുപോലെ ഒഴുക്കിവിടാം. ഇത് കുടിക്കാനോ ജലസേചനത്തിനോ മറ്റ് ആവശ്യത്തിനോ ഉപയോഗിക്കാം. അങ്ങനെ പുതുക്കപ്പെടുന്ന ഊർജ്ജസ്രോതസ്സാണ് എസ്സ് എച്ച് പി മിക്കവാറും അണക്കെട്ടുതന്നെ വേണമെന്നില്ല. ഒരു മെഗാവാട്ട്

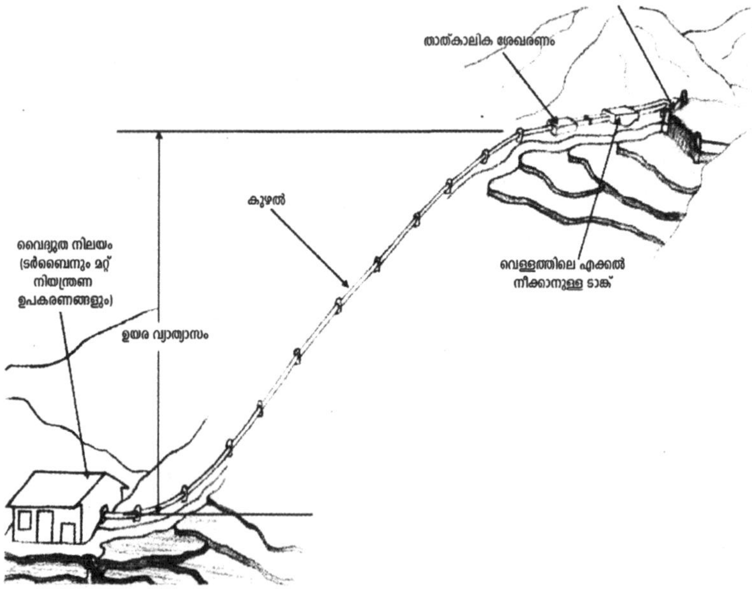

ചെറുകിട ജലവൈദ്യുതപദ്ധതി

വൈദ്യുതി ഉല്പാദിപ്പിക്കാനായി ശരാശരി 6 കോടി രൂപ വേണ്ടിവരും. ഇതൊരു വൻ മുതൽമുടക്കല്ല. എളുപ്പം നിർമ്മിക്കാം. ഇതിനു വേണ്ടുന്ന ഉപകരണങ്ങൾ മിക്കതും നമ്മുടെ രാജ്യത്ത് വിദേശ സാങ്കേതിക സഹായത്തോടെ നിർമ്മിച്ചുവരുന്നു. സാങ്കേതിക വിദ്യയും ലഭ്യമാണ്.

വനനശീകരണവും സസ്യ–ജന്തു ജാലങ്ങളുടെ നാശവും ഉണ്ടാകുന്നില്ല. ജൈവവൈവിധ്യം നിലനിർത്താനുമാകും. ചുരുക്കത്തിൽ പരിസ്ഥിതിക്ക് ആഘാതമേല്പിക്കുന്നില്ല. സുരക്ഷിതമാണ്, കാര്യക്ഷമമാണ്, സുസ്ഥിരവികസനത്തിനനുകൂലമാണ്. ആഗോളതപനവും മലിനീകരണവും ഇല്ല. വൈദ്യുതി ഉല്പാദനത്തിൽ വികേന്ദ്രീകരണവും വരും. ഗ്രിഡിൽ നിന്ന് പവർ കൊണ്ടുപോകാൻ ഏറെ ചെലവും നഷ്ടവും ഉണ്ടാകുമെങ്കിൽ എസ്സ് എച്ച് പി അനുയോജ്യമായ പരിഹാരമാണ്, അത്യന്താപേക്ഷിതവുമാണ്.

വൻകിട ജലവൈദ്യുത പദ്ധതിയിൽ ഉണ്ടാകുന്ന പ്രസരണ–വിതരണ നഷ്ടം ഇതിനില്ല. ഒരു ചെറിയ പ്രദേശത്ത് ഉല്പാദിപ്പിച്ച് അവിടെത്തന്നെ ഉപയോഗിക്കുന്നു. ഒരു ദോഷമുള്ളതിതാണ്. ഈ വൈദ്യുത സ്റ്റേഷന് തകരാർ വന്നാൽ പ്രദേശമാകെ ഇരുട്ടിലാകും. (മറ്റു ഫീഡർ ലൈൻ ഇല്ലാത്തതുകൊണ്ട്) കറണ്ട് എത്താതിരുന്ന

സ്ഥലത്താണെങ്കിൽ ഇത് സഹനീയമാണ്. എസ്സ് എച്ച് പി സുരക്ഷിതമാണ്, ഭൂചലനപ്രശ്മുണ്ടാക്കുന്നില്ല. ഇന്ധനങ്ങളെ ആശ്രയിക്കാത്തതുകൊണ്ട് വിലവർദ്ധനപ്രശ്നം ഉണ്ടാകുന്നില്ല. പക്ഷേ ജലദൗർലഭ്യം ഗൗരവതരമായി എടുക്കേണ്ടതുണ്ട്. കാലാവസ്ഥാമാറ്റങ്ങൾ നീരൊഴുക്കിനെ എങ്ങനെ ബാധിക്കുമെന്നതും അതിന്റെ ആശ്രയത്വവും പഠനമർഹിക്കുന്നു.

ഒരു പഞ്ചായത്തിലെ ഗാർഹിക ആവശ്യങ്ങൾക്ക് ഒരു മെഗാവാട്ടുള്ള മിനി ജലവൈദ്യുതി മതിയാകും. ഒരു വാർഡിൽ 300 വീടുകളുണ്ടെന്നെടുത്താൽ, 15 വാർഡുകളിൽ 4500 വീടുകളുണ്ട്. ഓരോ വീട്ടിലും ശരാശരി 220 വാട്ട് വൈദ്യുതി രാത്രി എട്ടുമണിക്ക് എടുത്താൽ ഏകദേശം ഒരു മെഗാവാട്ട് ഈ പഞ്ചായത്തിൽ മതിയാകും.

ചെറുകിട ജലവൈദ്യുതപദ്ധതി (മറ്റൊരു മാതൃക)

സാധ്യതകൾ

രണ്ടായിരാമാണ്ടിൽ ലോകത്താകമാനം 37000 മെഗാവാട്ട് പവർ എസ്സ് എച്ച് പി (SHP) വഴി ഉല്പാദിപ്പിച്ചു. 2010 ആകുമ്പോഴേക്കും 55000 മെഗാവാട്ട് ആകുമെന്ന് കണക്കുകൾ സൂചിപ്പിക്കുന്നു. ഇന്ത്യയിൽ 4400 സൈറ്റുകൾ കണ്ടെത്തിയിട്ടുണ്ട്. ഇതിന്റെയാകെ ശേഷി 10400 മെഗാവാട്ടാണെന്ന് കണക്കാക്കിയിട്ടുണ്ട്. തീവ്രഗതിയിൽ പദ്ധ

തികൾ നടപ്പാക്കാനായി വിവിധ കേന്ദ്രസർക്കാർ ഏജൻസികൾ പ്രവർത്തിച്ചു വരുന്നു. ഏറെ പ്രതീക്ഷ സ്വകാര്യമേഖലയിൽ നിന്നു തന്നെ. കാലവിളംബമില്ലാതെ മൂലധനമിറക്കി പദ്ധതി നടപ്പിലാക്കി ഏറെ മുന്നോട്ടുപോകാൻ സ്വകാര്യമേഖലയ്ക്ക് കഴിയുമെന്ന് കൂടുതൽ കേന്ദ്രങ്ങൾ തെളിയിച്ചുകൊണ്ടിരിക്കുകയാണ്.

ചിലപ്രശ്നങ്ങൾ

നീരൊഴുക്കിന്റെ ഏത് ഭാഗത്ത് വൈദ്യുതോർജ്ജം ഉല്പാദിപ്പിക്കാം എന്ന് ഒറ്റനോട്ടത്തിൽ കാണണമെന്നില്ല. സമർത്ഥമായ ശ്രമം വേണ്ടിവരും; കുറെ പഠനങ്ങളും. എങ്കിലും കേരളത്തിൽ തന്നെ 200-ഓളം സ്ഥാനങ്ങൾ കണ്ടെത്തിയിട്ടുണ്ട്. ചിലയിടങ്ങളിൽ ഒരു തടയണകെട്ടി വെള്ളം തിരിച്ച് വിട്ട് ടർബൈൻ കറക്കാം, ജനറേറ്റർ പ്രവർത്തിപ്പിക്കാം. ചില സ്ഥലങ്ങളിൽ കനാലുകളിൽ തന്നെ നടപ്പിലാക്കാവുന്നതാണ്. ചെറിയ വെള്ളച്ചാട്ടങ്ങളും ഉപയോഗപ്പെടുത്താം. ഇവിടങ്ങളിൽ ചെറിയ ഹെഡ്ഡിൽ പ്രവർത്തിക്കുന്ന ടർബൈൻ വേണ്ടിവരും. അതുപോലെ തന്നെ ഒഴുകിവരുന്ന വെള്ളത്തിലെ എക്കൽ പ്രതിരോധിക്കുന്ന ടർബൈൻ തെരഞ്ഞെടുക്കേണ്ടതുണ്ട്. ഒപ്പം ചെറിയ ജലവിതാന വ്യത്യാസങ്ങളിൽ കാര്യക്ഷമമായി പ്രവർത്തിക്കുന്നതുമായിരിക്കണം. ഹെഡ്റേസും ടെയിൽറേസും അതായത് വെള്ളത്തിന്റെ ഉയർന്നതും താഴ്ന്നതുമായ സ്ഥലങ്ങൾ, ബന്ധിപ്പിക്കുന്ന കുഴൽ അഥവാ പെൻസ്റ്റോക്ക്, ജലപ്രവാഹനിയന്ത്രണം, കറണ്ടിന്റെ ആവൃത്തി നിയന്ത്രണം, പവ്വർസ്റ്റേഷൻ തുടങ്ങി എല്ലാ കാര്യത്തിലും ശ്രദ്ധയോടെ തീരുമാനമെടുക്കേണ്ടിവരും. മേൽപറഞ്ഞ പ്രശ്നങ്ങൾക്കെല്ലാം കാലം തെളിയിച്ച പരിഹാരമാർഗ്ഗങ്ങളുണ്ട്. കേരളത്തെ സംബന്ധിച്ചാണെങ്കിൽ നല്ല ഗതാഗത സൗകര്യങ്ങളും വൈദ്യുതിയും കാലഘട്ടത്തിന്റെ ആവശ്യമാണ്. വികസനക്കുതിപ്പ് സാക്ഷാത്കരിക്കാൻ ഇത് ദ്രുതഗതിയിൽ നടപ്പിലാക്കിയേ തീരു.

ചെറുകിട ജലവൈദ്യുതി ഉല്പാദിപ്പിക്കുന്നതിനാവശ്യമായ സാമഗ്രികൾ മിക്കതും വളരെ മികവോടെ പല യൂറോപ്യൻ രാജ്യങ്ങളും ജപ്പാനും നിർമ്മിച്ചുവരുന്നു. ഇന്ത്യയിൽ സാങ്കേതിക സഹകരണത്തോടെയും നിർമ്മിക്കുന്നു. ചൈന അത്ഭുതകരമായ വിധത്തിൽ ഈ പദ്ധതി നടപ്പാക്കിവരുന്നു. മറ്റുള്ളവരുടെ അനുഭവങ്ങളിൽ നിന്ന് പഠിച്ച് പിഴവില്ലാതെ കാര്യക്ഷമതയോടെ മുന്നേറാൻ നമുക്കുകഴിയും. നെടുമങ്ങാട്, മാട്ടുപ്പെട്ടി, പെരിയാർ, വാമനപുരം, വയനാട്ടിലെ സുഗന്ധഗിരി, പൂക്കോട്ട്, മണിയാർ തുടങ്ങിയവ കേരളത്തിലെ എസ്സ് എച്ച് പിയുടെ ഉദാഹരണങ്ങളാണ്. കെ എസ്സ് ഇ ബി അവരുടെ വെബ്സൈറ്റിൽ ഇത് സംബന്ധിച്ച വിവരങ്ങൾ കൊടുത്തിട്ടുണ്ട്. കേന്ദ്രമന്ത്രാലയത്തിന്റെ വെബ്സൈറ്റുകളിലും ഏറെ വിവരങ്ങൾ ലഭ്യമാണ്.

4

ഇന്ധനസെല്ലും കറണ്ടും വെള്ളവും

വെള്ളം + കറണ്ട് = ഹൈഡ്രജൻ + ഓക്സിജൻ

ഹൈഡ്രജൻ + ഓക്സിജൻ = വെള്ളം + കറണ്ട്?

വൈദ്യുത വിശ്ലേഷണത്തെക്കുറിച്ച് നമുക്ക് അറിയാം. ഉരുകിയ കറിയുപ്പിലൂടെ (NaCl) വൈദ്യുതി കടത്തിവിട്ടാൽ ആനോഡിൽ ക്ലോറിൻ വാതകവും കാഥോഡിൽ സോഡിയം ലോഹവും ലഭിക്കും. അതുപോലെ ജലത്തെ വൈദ്യുത വിശ്ലേഷണം നടത്തിയാൽ ആനോഡിൽ ഓക്സിജനും കാഥോഡിൽ ഹൈഡ്രജനും ലഭിക്കും. ഒരു ജാറിലെ വെള്ളത്തിൽ താഴ്ത്തി വെച്ചിരിക്കുന്ന രണ്ട് ലോഹ ദണ്ഡുകളെയാണ് ഇലക്ട്രോഡുകളെന്നു വിളിക്കുന്നത്. ഇവയെ ബാറ്ററിയുടെ അഗ്രത്തിൽ ബന്ധിപ്പിക്കുന്നു. ബാറ്ററിയുടെ പോസിറ്റീവ് അഗ്രത്തിൽ ബന്ധിപ്പിക്കുന്ന ഇലക്ട്രോഡിനെ ആനോഡെന്നും മറ്റേതിനെ കാഥോഡ് എന്നും വിളിക്കും. മേൽപ്പറഞ്ഞ ക്രമീകരണത്തെ ജലവോൾട്ടാമീറ്റർ എന്നു വിളിക്കുന്നു. ഇങ്ങനെ ഹൈഡ്രജനെയും ഓക്സിജനെയും വെള്ളത്തിൽ നിന്ന് വിയോജിപ്പിച്ച് എടുക്കുന്നത് ചെലവേറിയ ഒന്നാണ്. അന്തരീക്ഷവായുവിനെ യന്ത്രങ്ങൾ ഉപയോഗിച്ച് തണുപ്പിച്ച് വേർതിരിച്ചെടുക്കുകയാണ് പതിവ്. ഇതാണ് ചെലവ് കുറഞ്ഞ വ്യാവസായിക രീതി. ഇങ്ങനെ കിട്ടുന്ന ഓക്സിജനെ ശുദ്ധീകരിച്ച് ഈർപ്പമുള്ളതാക്കി ആശുപത്രികളിൽ രോഗികൾക്ക് "ഓക്സിജൻ കൊടുക്കാൻ" ഉപയോഗിക്കുന്നു. ജീവവായുവായി മാത്രമല്ല, വളരെയേറെ രാസപ്രവർത്തനങ്ങൾക്കും ഓക്സിജൻ ഉപയോഗിക്കുന്നു. ദ്രവീകരിച്ച (liquified) ഓക്സിജനെ ക്രയോജെനിക് റോക്കറ്റിൽ ഇന്ധനമായ ദ്രാവകഹൈഡ്രജനെ ജ്വലിപ്പിക്കുന്നതിനും ഉപയോഗിക്കുന്നു. അങ്ങനെ ക്രയോജനിക് എഞ്ചിൻ ഘടിപ്പിച്ച റോക്കറ്റ്, ഉപഗ്രഹങ്ങളെ വഹിച്ചു കൊണ്ട് ചീറിപ്പാഞ്ഞ് പോയി ഭ്രമണപഥത്തിൽ വിക്ഷേപിക്കുന്നു. ഇതിനെക്കുറിച്ച് പറയുമ്പോൾ ഒരു സംശയം ഉയരാം.

"ഹൈഡ്രജനും ഓക്സിജനും വീണ്ടും ചേർത്താൽ വെള്ളവും

കറണ്ടും കിട്ടുമോ?"

നല്ല ചോദ്യം!

തീർച്ചയായും കിട്ടും!

ഒരു പ്രത്യേക ക്രമീകരണത്തിലൂടെ ഹൈഡ്രജനും ഓക്സിജനും വാതക രൂപത്തിൽ കടത്തിവിട്ടാൽ വൈദ്യുതിയും കുറച്ച് വെള്ളവും പിന്നെ ശകലം താപവും കിട്ടും! അതാണ് ഇന്ധന സെൽ (Fuel Cell).

ഈ വാതകങ്ങൾക്ക് പകരം മറ്റു പദാർത്ഥങ്ങൾ ഉപയോഗിക്കുന്ന ഇന്ധന സെല്ലുകളുമുണ്ട്. എങ്കിലും പ്രവർത്തന തത്ത്വം ഏതാണ്ട് ഒരു പോലെയാണ്. ആലങ്കാരികമായി ഇങ്ങനെ പറയാം. വെള്ളത്തിൽ നിന്നു വന്ന ഹൈഡ്രജനെയും ഓക്സിജനെയും വീണ്ടും വെള്ളവും കറണ്ടു മാക്കി മാറ്റാം. അങ്ങനെ ജലവോൾട്ടാമീറ്ററും ഇന്ധനസെല്ലും പരസ്പര പൂരകങ്ങളായി മാറുന്നു.

വീണ്ടുമൊരു ചോദ്യം.

"സ്പേസ് പേടകത്തിൽ ഹൈഡ്രജനും ഓക്സിജനും ഉണ്ടല്ലോ. അതിൽ നിന്നും കറണ്ട് ഉല്പാദിപ്പിക്കാമോ?

അപ്പോളോ മുതൽ സ്പേസ് ഷട്ടിൽ വരെ ഈ സമ്പ്രദായം പ്രയോഗത്തിലാണ്. ഇന്ധന സെല്ല് ഉപയോഗിച്ച് കറണ്ടും കുടിവെള്ളവും ഉല്പാദിപ്പിക്കുന്നു.

"ഇന്ധനസെൽ കാറുണ്ടോ?"

പുകയില്ലാതെ ബാറ്ററിയിൽ ഓടുന്ന കാറുകളുള്ളതുപോലെ ഇന്ധനം നിറച്ച് പുകയില്ലാതെ ഓടുന്ന ഇന്ധനസെൽ കാറുകളുമുണ്ട്.

വളരെ ലളിതമായി പറയുകയാണെങ്കിൽ നമുക്കേവർക്കും പരിചിതമായ രാസസമവാക്യം ഇന്ധനസെല്ലിൽ നടപ്പാക്കിയിരിക്കുന്നു:

$$2H_2 + O_2 \rightarrow 2H_2O$$ + വൈദ്യുതോർജ്ജം + താപം

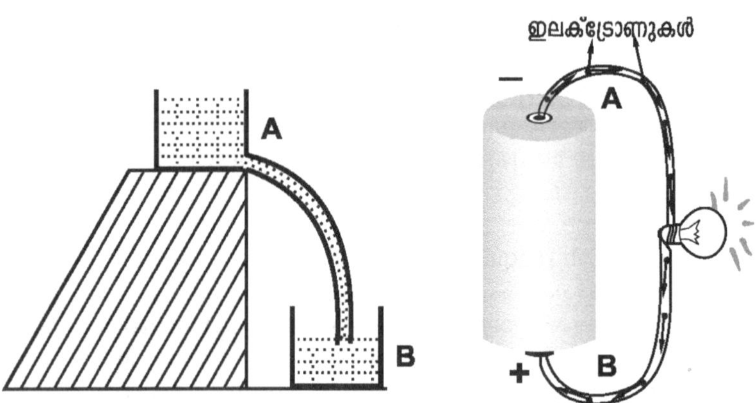

ഒരു താരതമ്യം : ജലപ്രവാഹവും ഇലക്ട്രോൺ പ്രവാഹവും

ഈ വൈദ്യുതി ഉപയോഗിച്ച് ബൾബ് കത്തിക്കുന്നു എന്ന് വിചാരിച്ചാൽ, ഇന്ധന സെല്ലിൽ ഹൈഡ്രജനും ഓക്സിജനും ചേർന്ന് വെള്ളവും വെളിച്ചവും ഉണ്ടാക്കുന്നു എന്ന് പറയാം. ഇന്ധനസെല്ലിന്റെ പ്രവർത്തനം മനസ്സിലാക്കാൻ ശ്രമിക്കാം.

എന്താണ് സെൽ ?

ആദ്യം രാസവൈദ്യുത സെല്ലുകളെക്കുറിച്ച് പൊതുവായി മനസ്സിലാക്കാൻ ശ്രമിക്കാം. അതുവഴി വൈദ്യുത സ്രോതസ്സുകളെക്കുറിച്ചും.

ഒരു പാത്രത്തിൽ അല്ലെങ്കിൽ ഒരു പായ്ക്കറ്റിൽ സൂക്ഷിച്ചിരിക്കുന്ന പ്രത്യേക രാസപദാർത്ഥങ്ങൾ തമ്മിൽ പ്രതിപ്രവർത്തിക്കുമ്പോൾ അതിൽ വെച്ചിരിക്കുന്ന രണ്ട് ലോഹത്തകിടുകളിൽ അഥവാ ഇലക്ട്രോഡുകളിലോന്നിൽ ഇലക്ട്രോണുകൾ കുമിഞ്ഞുകൂടുന്നു. ഈ അഗ്രത്തെ '–' (നെഗറ്റീവ്) ചിഹ്നം കൊണ്ട് സൂചിപ്പിക്കുന്നു. ഉയരത്തിൽ വെച്ചിരിക്കുന്ന പാത്രത്തിലെ വെള്ളം താഴ്ന്നിരിക്കുന്ന പാത്രവുമായി ഒരു കുഴൽ ഉപയോഗിച്ച് ബന്ധിച്ചാൽ വെള്ളം താഴേക്ക് ഒഴുകും.

'അ' എന്ന പാത്രം 'ആ' യെ അപേക്ഷിച്ച് ഉയർന്ന ഗുരുത്വാകർഷണ പൊട്ടൻഷ്യലിലാണ്. പൊട്ടൻഷ്യൽ കൂടിയ സ്ഥലത്തു നിന്ന് പൊട്ടൻഷ്യൽ കുറഞ്ഞ ഭാഗത്തേക്ക് വെള്ളം ഒഴുകുന്നു. അതായത് "താണ നിലത്തേ നീരോടൂ". ഇതുപോലെ ഇലക്ട്രോണുകൾ സെല്ലിന്റെ നെഗറ്റീവ് ടെർമിനലിൽ ഉയർന്ന പൊട്ടൻഷ്യലിലാണ്. അതുകൊണ്ട് നെഗറ്റീവ് ആയ ഇലക്ട്രോണുകൾ 'അ' യും 'ആ' യും ബന്ധിപ്പിച്ചിരിക്കുന്ന ചാലകത്തിലൂടെ നെഗറ്റീവ് ടെർമിനലിൽ നിന്ന് പോസിറ്റീവ് ടെർമിനലിലേക്ക് പ്രവഹിക്കുന്നു. ഈ പ്രവാഹത്തെ ഇലക്ട്രോൺ കറണ്ട് എന്നു വിളിക്കുന്നു. പണ്ട് മനുഷ്യൻ കരുതിയിരുന്നത് മറിച്ചാണ്–പോസിറ്റീവ് ചാർജ്ജുകൾ പോസിറ്റീവ് ടെർമിനിലിൽ നിന്ന് നെഗറ്റീവിലേക്ക് ഒഴുകുന്നു എന്ന്. ഇതിനെ കൺവെൻഷണൽ കറണ്ട് എന്നു വിളിക്കുന്നു. രണ്ടും ഫലത്തിൽ ഒന്നു തന്നെയാണ്. എന്നിരുന്നാലും കൺവെഷണൽ കറണ്ടിന്റെ ദിശയാണ് നമ്മൾ സർക്യൂട്ടുകളിൽ അടയാളപ്പെടുത്തുന്നത്. കറണ്ടുപോകുമ്പോൾ ബൾബിലെ ഫിലമെന്റ് ചൂടായി വെളിച്ചം കിട്ടുന്നു. എല്ലാ വൈദ്യുത സ്രോതസ്സുകളിലും രണ്ടു ടെർമിനലുകൾ വ്യത്യസ്ത പൊട്ടഷ്യലിൽ നിലനിൽക്കും. ഇത് രാസപ്രവർത്തനത്തിന്റെ ഫലമാകാം; ഒരു കോയിൽ കാന്തിക ക്ഷേത്രത്തിൽ തിരിയുന്നതുകൊണ്ടാകാം: പ്രകാശം ഒരു സെമി കണ്ടക്ടർ ഡയോഡിൽ വീഴുന്നതുകൊണ്ടാകാം (Photovoltaic cell). പാത്രം A യിലെ വെള്ളം തീർന്നാൽ ഒഴുക്കും തീരും. അതുപോലെ സെല്ലിലെ രാസപദാർത്ഥങ്ങൾ പ്രവർത്തിച്ച് തീർന്നു കഴിഞ്ഞാൽ കറണ്ടും തീരും. ഇനി സെൽ കളയാനേ കൊള്ളൂ. വീണ്ടും ചാർജ്ജ് ചെയ്യാൻ കഴിയില്ല. ഇത്തരം സെല്ലുകളെ പ്രൈമറി സെല്ലുകൾ എന്നു വിളിക്കുന്നു. ഇറ്റലിയിലെ ശാസ്ത്രജ്ഞനായ അലസ്സാൻഡ്രോ വോൾട്ടായാണ് ആദ്യമായി രാസവൈദ്യുത സെൽ നിർമ്മിച്ചത്. ഈ

സെല്ലിൽ ചെമ്പിന്റെയും നാകത്തിന്റെയും (സിങ്ക്) രണ്ട് ഇലക്ട്രോഡുകൾ ഒരു സ്ഫടിക പാത്രത്തിൽ വെച്ചിരിക്കുന്ന നേർത്ത സൾഫ്യൂരിക് ആസിഡിൽ താഴ്ത്തിവെച്ചിരിക്കുന്നു. ഇതിൽ ചെമ്പ് പോസിറ്റീവും നാകത്തകിട് നെഗറ്റീവും ആകുന്നു. ഇതിനെയാണ് ലഘുവോൾട്ടാ സെൽ എന്നു വിളിക്കുന്നത്. ഈ ശാസ്ത്രജ്ഞനോടുള്ള ആദര സൂചകമായിട്ടാണ് വൈദ്യുത പൊട്ടൻഷ്യലിന്റെ യൂണിറ്റ് വോൾട്ട് എന്ന് കൊടുത്തിട്ടുള്ളത്. ഈ സെല്ലിന്റെ ലാള ഏകദേശം 1.0 വോൾട്ട് ആകുന്നു. ഇതൊരു പ്രൈമറി സെല്ലാണ്. ഒട്ടനവധി പ്രൈമറി സെല്ലുകൾ ഉണ്ട്. ഉദാഹരണം ലെക്ളാൻഷെ സെൽ (1.46 v) ഡാനിയൽ (1.08 v) സെൽ ഡ്രൈസെൽ (പെൻടോർച്ചിൽ ഉപയോഗിക്കുന്നത്) മുതലായവ.

എന്നാൽ ചില സെല്ലുകൾ ഉപയോഗശേഷം വീണ്ടും പ്രവർത്തന സജ്ജമാക്കാം. ഉദാഹരണമായി വാഹനങ്ങളിൽ ഉപയോഗിക്കുന്ന ലെഡ് -ആസിഡ് ബാറ്ററിയിൽ, തിരിച്ച് കറണ്ട് കൊടുത്ത്, പ്രവർത്തിച്ച് കിട്ടിയ പദാർത്ഥങ്ങളെ പഴയ രാസപദാർത്ഥങ്ങളാക്കി മാറ്റാം. ഇങ്ങനെ വീണ്ടും ചാർജ്ജ് ചെയ്യാൻ കഴിയുന്ന സെല്ലുകളെ സെക്കന്ററി സെല്ലുകൾ അഥവാ സ്റ്റോറേജ് ബാറ്ററിയെന്ന് വിളിക്കുന്നു. എമർജെൻസി ലാംപുകൾ, ചില ടോർച്ചുകൾ, മൊബൈൽ ഹാൻഡ് സെറ്റ് തുടങ്ങിയവയിലും സെക്കന്ററി ബാറ്ററികളാണ് ഉപയോഗിക്കുന്നത്. ലെഡ് ആസിഡ് സെല്ലിന്റെ emf 2 വോൾട്ടാണ്. ഇത് 12 എണ്ണം ശ്രേണിയിൽ ചേർത്ത് ലോറിയിൽ ഉപയോഗിക്കുന്നു. 24 volt കിട്ടും. ഇന്ധന സെൽ റീചാർജ്ജ് ചെയ്യാൻ കഴിയില്ല. ഇന്ധനം വീണ്ടും നിറയ്ക്കുകയാണ് വേണ്ടത്. വാച്ചിലും മറ്റും ഉപയോഗിക്കുന്നത് ബട്ടൺ സെല്ലുകളാണ്. (3V, 1.5V) പേസ് മേക്കറിലും കമ്പ്യൂട്ടറുകളിലും ബാറ്ററി ഉപയോഗിക്കുന്നു. സിൽവർ ബട്ടൺസെല്ലുകളിൽ (1.62V) ഖരാവസ്ഥയിലുള്ള ഇലക്ട്രോലൈറ്റുകളാണ് ഉപയോഗിക്കുന്നത്. മെർക്കുറി ബട്ടൺ സെല്ലിന് 1.36V ഉണ്ട്. വ്യത്യസ്ത emf-കളിൽ ലഭിക്കും. മൊബൈലിലും പേസ്മേക്കറിലും ലിതിയം ബാറ്ററികൾ ഉപയോഗിക്കാറുണ്ട്. സ്റ്റോറേജ് ബാറ്ററികളുടെ ശേഷി (capacity) പറയുന്നത് ampere hour (AH) എന്ന യൂണിറ്റിലാണ്. ഉദാഹരണമായി ഒരു ബാറ്ററിയുടെ ശേഷി 18 AH എന്നാൽ ഇതിന് 18 ആമ്പിയർ, ഒരു മണിക്കൂർ നൽകാനാകും. അല്ലെങ്കിൽ 9 ആമ്പിയർ 2 മണിക്കൂർ. അതായത് കറണ്ടും മണിക്കൂറുകളും ഗുണിച്ചാൽ 18 കിട്ടണം. ഈ സംഖ്യ കൂടിയിരുന്നാൽ ബാറ്ററിക്ക് കൂടുതൽ ഊർജ്ജം നൽകാൻ കഴിയുമെന്ന് സാരം.

1791-ൽ ഇറ്റലിയിലെ ജീവശാസ്ത്രജ്ഞനായിരുന്ന ഗാൽവനിയാണ് രാസപ്രവർത്തനത്തിൽ വൈദ്യുത പ്രഭാവം ഉണ്ടാകാമെന്ന് കണ്ടെത്തിയത്. തവളയുടെ കാലിൽ രണ്ടു വ്യത്യസ്ത ലോഹക്കഷണങ്ങൾ, ഉദാഹരണമായി ചെമ്പും നാകവും രണ്ടു ബിന്ദുക്കളിലായി തൊടുകയും അടുത്ത അഗ്രങ്ങൾ ചേർത്ത് വയ്ക്കുകയും ചെയ്തപ്പോൾ അതിന്റെ കാലിലെ പേശികൾ തുടിച്ചു. ഈ ആശയത്തിൽ നിന്നാണ് അല

സ്സാൻഡ്രോ വോർട്ടാ "സെൽ" കണ്ടുപിടിച്ചത്. ചെമ്പും നാകവും ലോഹ ക്ഷണങ്ങളായി പാത്രത്തിലെ നേർത്ത സൾഫ്യൂരിക് ആസിഡിൽ താഴ്ത്തിവെച്ചു. ഏകദേശം 1 വോൾട്ട് വൈദ്യുതി കിട്ടി. ഇനി ഇന്ധന സെല്ലുകളിലേക്ക് മടങ്ങിവരാം.

ഒന്നിലധികം ഇന്ധനസെല്ലുകൾ ചേർത്തു ഉപയോഗിക്കുന്ന ക്രമീകരണത്തെ ഇന്ധന ബാറ്ററി അഥവാ ഇന്ധനസെൽ പവർ പായ്ക്ക് എന്നു പറയുന്നു. സാധാരണ ബാറ്ററിയിൽ നിന്ന് ഇന്ധന സെല്ലിന് വ്യത്യാസമുണ്ട്. ഹൈഡ്രജനും ഓക്സിജനും പ്രത്യേകം സൂക്ഷിക്കുകയും പ്രവർത്തന സമയത്ത് സെല്ലിലേക്ക് കടത്തിവിടുകയും ശേഷം വെള്ളം പുറത്തേക്ക് വരികയും ചെയ്യുന്നു. വൈദ്യുതോർജ്ജം ശേഖരിച്ചു വയ്ക്കുന്നില്ല. റീ ചാർജ്ജ് ചെയ്യാനും കഴിയില്ല. ഇന്ധന സെല്ലിന്റെ പ്രവർത്തന തത്ത്വം നിർദ്ദേശിച്ചത് 1838-ൽ ജർമൻ ശാസ്ത്രജ്ഞനായ ഫ്രഡറിക് ഷോൺബെയ്ൻ (Fridrich Schionbein) ആണ്. ആദ്യത്തെ ഇന്ധനസെൽ വെയിൽസിലെ ശാസ്ത്രജ്ഞനായ വില്യം റോബർട്ട് ഗ്രോവ് (William Robert Grove) 1843-ലാണ് നിർമ്മിച്ചത്. അത് ഫോസ്ഫോറിക് ആസിഡ് ഫ്യൂവൽ സെൽ ആയിരുന്നു. ഇനി എന്താണ് ഇന്ധനസെല്ലെന്ന് ഒരു ഉദാഹരണത്തിലൂടെ കൂടുതൽ അടുത്തറിയാം.

ഹൈഡ്രജൻ/ഓക്സിജൻ ഇന്ധനസെൽ

ഒരിന്ധനത്തിൽ അടങ്ങിയിരിക്കുന്ന രാസോർജ്ജത്തെ ജ്വലനമില്ലാതെ നേരിട്ട് വൈദ്യുതോർജ്ജമാക്കി മാറ്റുന്ന രാസവൈദ്യുത സെല്ലാണ് ഇന്ധനസെൽ. ഇതൊരു പ്രൈമറി സെല്ലാണ്.

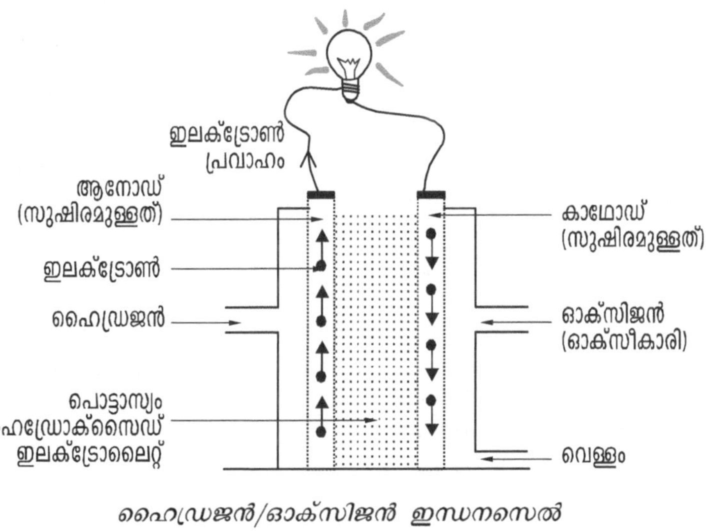

ഹൈഡ്രജൻ/ഓക്സിജൻ ഇന്ധനസെൽ

ഹൈഡ്രജൻ/ഓക്സിജൻ ഇന്ധനസെല്ലിന്റെ ഘടന ചിത്രത്തിൽ കൊടുത്തിരിക്കുന്നു. ഇതൊരു ചെറിയ പേടകമാണെന്ന് കാണാം. ഉയർന്ന മർദ്ദത്തിൽ ഇന്ധനമായ ഹൈഡ്രജനെയും ഓക്സീകാരിയായ ഓക്സിജനെയും ഈ പേടകത്തിലേക്ക് കടത്തി വിടുന്നു. ആനോഡിനും കാഥോഡിനുമിടയിൽ ഇലക്ട്രോലൈറ്റായ പൊട്ടാസ്യം ഹൈഡ്രോക്സൈഡ് (KOH) ലായനി വെച്ചിരിക്കുന്നു. രാസപ്രവർത്തനത്തിന്റെ ഫലമായി ഇലക്ട്രോണുകൾ ആനോഡിൽ നിന്ന് കാഥോഡിലേക്ക് ബാഹ്യസർക്യൂട്ട് വഴി പ്രവഹിക്കുന്നു. അതായത് കറണ്ട് പോകുന്നു. ബൾബ് ജ്വലിക്കുന്നു. രാസപ്രവർത്തന ഫലമായി ജലം ഉണ്ടാകുന്നു. ഇനി അല്പം കൂടി വിശദമായി ഇതിന്റെ പ്രവർത്തനം മനസ്സിലാക്കാം.

ഇന്ധനസെല്ലിന്റെ ഏറ്റവും കാതലായ ഘടകം അതിന്റെ ഇലക്ട്രോഡുകളാണ്. പൊടിയാക്കിയ ഗ്രാഫൈറ്റും ഉൽപ്രേരകമായ (catalyst) പ്ലാറ്റിനവും ആവശ്യത്തിന് ചേർത്ത് ഒരു പ്രതലത്തിൽ പരത്തി ആവശ്യമായ ഊഷ്മാവിലും മർദ്ദത്തിലും ഒരു ഫലകം അഥവാ പാളി (Sheet)യാക്കി എടുക്കുന്നു. അതിസൂക്ഷ്മങ്ങളായ സുഷിരങ്ങളോടുകൂടിയ ഈ തകിടുകളാണ് ആനോഡായും കാഥോഡായും ഈ ഇന്ധനസെല്ലിൽ ഉപയോഗിക്കുന്നത്. ഈ രണ്ട് തകിടുകൾക്കിടയിൽ 25% ശക്തിയുള്ള പൊട്ടാസ്യം ഹൈഡ്രോക്സൈഡ് ലായനി വെച്ചിരിക്കുന്നു.

ആദ്യം ഹൈഡ്രജൻ കടന്നുവരുന്ന ഭാഗത്ത് എന്തു സംഭവിക്കുന്നുവെന്ന് നോക്കാം. ആനോഡ് ഹൈഡ്രജനെ ആഗിരണം (absorb) ചെയ്യുന്നു. ശരിക്കും പറഞ്ഞാൽ ആഗിരണവും അധിശോഷണവും (adsorption) നടക്കുന്നു. ആനോഡിൽ കടന്ന ഹൈഡ്രജൻ തന്മാത്ര (H_2) രണ്ട് ഹൈഡ്രജൻ ആറ്റങ്ങളായിമാറുന്നു. ഇനിയാണ് ശ്രദ്ധേയമായ മാറ്റം. ഉൽപ്രേരകമായ പ്ലാറ്റിനത്തിന്റെ സാന്നിധ്യത്തിൽ ഗ്രാഫൈറ്റ്, ഹൈഡ്രജൻ ആറ്റത്തെ ഹൈഡ്രജൻ അയോണും ഇലക്ട്രോണുമായി മാറ്റുന്നു.

$$H_2 \rightarrow 2H^+ + 2\bar{e}$$

ഇലക്ട്രോഡുകളെ ഇന്ധനസെല്ലിന്റെ സ്തരം (membrane) എന്നും വിളിക്കും. ഇതിൽ ആനോഡ് ഹൈഡ്രജനിൽ നിന്നു കിട്ടിയ രണ്ടു ഇലക്ട്രോണുകളെ ലായനിയിലേക്ക് കടത്തി വിടാതെ ബാഹ്യസർക്യൂട്ടിലൂടെ കാഥോഡിലേക്ക് തള്ളിവിടുന്നു. എന്നാൽ ഹൈഡ്രജൻ അയോണുകളെ വിവേചനപൂർവ്വം ലായനിയിലേക്ക് കടത്തിവിടുന്നു. $2H^+$ അയോണുകൾ ആനോഡിന്റെ അകത്തെ പ്രതലത്തിൽ (ആനോഡും ലായനിയും ചേരുന്ന ഭാഗം) രണ്ട് OH^- (ഹൈഡ്രോക്സിൽ അയോൺ) അയോണുമായി സംയോജിച്ച് 2 ജലതന്മാത്രകൾ ഉണ്ടാകുന്നു. ഓർക്കുക ലായനിയിൽ K^+ അയോണും OH^- അയോണുകളുമാണുള്ളത്.

$$2H^+ + 2OH^- \rightarrow 2H_2O$$

അങ്ങനെ ആനോഡിൽ

$$H_2 + 2OH^- \rightarrow 2H_2O + 2\bar{e}$$

ലായനിയിൽ $2OH^-$ കുറഞ്ഞു. രണ്ട് ജലതന്മാത്രകളും രണ്ട് ഇല

ക്ട്രോണുകളും ഉണ്ടായി. നേരത്തേ പറഞ്ഞതുപോലെ ഈ രണ്ട് ഇല ക്ട്രോണുകളും ബാഹ്യസർക്യൂട്ട് വഴി വൈദ്യുത കറണ്ടായി കാഥോ ഡിൽ എത്തിച്ചേരുന്നു. അങ്ങനെ രാസപ്രവർത്തനഫലമായി വൈദ്യുതി ഉണ്ടാകുന്നു. ഇനി കാഥോഡിൽ എന്തു സംഭവിക്കുന്നുവെന്ന് നോക്കാം. വന്ന രണ്ട് ഇലക്ട്രോണുകൾ കാഥോഡ് കടന്ന് അകത്തെ പ്രതലത്തിൽ എത്തി ഓക്സിജനും ജലവുമായി ചേർന്ന് രണ്ട് ഹൈഡ്രോക്സിൽ അയോണുകൾ ഉണ്ടാകുന്നു.

$$\frac{1}{2} O_2 + H_2O + 2\bar{e} \rightarrow 2OH^-$$

ഇപ്രകാരം ലായനിക്ക് നഷ്ടപ്പെട്ട രണ്ട് OH^- തിരിച്ച് കിട്ടി. ആകെ നടക്കുന്ന രാസപ്രവർത്തനം ഇങ്ങനെയാണ്.

$$H_2 + \frac{1}{2}O_2 \rightarrow H_2O + \text{വൈദ്യുതോർജ്ജം} + \text{താപം}$$

ഹൈഡ്രജനെന്നാൽ hydro + gen അതായത് ജലം ഉല്പാദിപ്പിക്കു ന്നത് (ഓക്സിജനുമായി ചേർന്ന്) എന്നാണ്. എന്നാൽ ഇന്ധനസെല്ലിൽ ഇത് വൈദ്യുതിയും കൂടി ഉല്പാദിപ്പിക്കുന്നു. അതുകൊണ്ട് ഹൈഡ്ര ജനെ Electrogen എന്നു വിളിക്കാൻ തോന്നുന്നു!

ഇപ്രകാരം ഇന്ധനസെല്ലിൽ ഹൈഡ്രജനും ഓക്സിജനും സംയോ ജിച്ച് വെള്ളവും കറണ്ടും ഉണ്ടാകുന്നു. ഇതിലെ മുഖ്യമായ പ്രവർത്തനം മെംബ്രെയിനിലൂടെ (സ്തരം) H^+ (പ്രോട്ടോൺ) അയോണിനെ കടത്തി വിടുന്നതിലാണ്. ഇതിന്റെ പ്രാധാന്യം കണക്കിലെടുത്ത് ഹൈഡ്രജൻ/ ഓക്സിജൻ ഇന്ധനസെല്ലിനെ പ്രോട്ടോൺ എക്സ്ചേഞ്ച് മെംബ്രെയിൻ ഫ്യൂവൽ സെൽ എന്നും വിളിക്കുന്നു.

"ഇതല്ലാതെ മറ്റ് ഇന്ധനസെല്ലുകളുണ്ടോ?" ഉണ്ടല്ലോ! വ്യത്യസ്ത ങ്ങളായ ഇന്ധനങ്ങളും ഓക്സീകാരിയും ഇലക്ട്രോലൈറ്റും ഉൽപ്രേര കങ്ങളും ഉപയോഗപ്പെടുത്തിയുള്ള ഇന്ധന സെല്ലുകളുണ്ട്. പ്രയോഗ ത്തിൽ പ്രധാനമായും 6 തരത്തിലുള്ള ഇന്ധന സെല്ലുകളാണുള്ളത്. പ്രോട്ടോൺ കൈമാറ്റസ്തരമായി (PEM) പ്രവർത്തിക്കുന്നതിനായി നിക്കൽ, കാർബൺ നാനോ ട്യൂബുകൾ, നാനോ അയൺ പൗഡർ തുട ങ്ങിയവയും ഉപയോഗിക്കുന്നു. അങ്ങനെ നാനാടെക്നോളജിക്കും കാര്യ ക്ഷമമായ ഇന്ധനസെല്ലുകളുണ്ടാക്കുന്നതിൽ പങ്കുണ്ട്. ഭാരത് ഹെവി ഇലക്ട്രിക്കൽസ് ലിമിറ്റഡ് (BHEL), ഏകദേശം 50 kW ശേഷിയുള്ള ഫോസ്ഫോറിക് ആസിഡ് ഇന്ധനസെൽ (PAFC) വികസിപ്പിച്ചെടുത്തി ട്ടുണ്ട്. ഇന്ധനമായി ഹൈഡ്രജനെ കൂടാതെ ചാരായം, ഡീസൽ, മെഥ നോൾ, കെമിക്കൽ ഹൈഡ്രൈഡ് മുതലായവ ഉപയോഗിക്കാവുന്നതാ ണ്. ഹൈഡ്രോകാർബണുകൾ ഉപയോഗിക്കുമ്പോൾ അതിൽ നിന്ന് ഹൈഡ്രജൻ വേർതിരിച്ചെടുക്കുന്നതിന് റിഫോർമർ (Reformer) എന്ന യൂണിറ്റുകൂടി ആനോഡിൽ ഘടിപ്പിക്കേണ്ടതാണ്. വിവിധതരം ഇന്ധന സെല്ലുകളെക്കുറിച്ച് അടുത്ത യുണിറ്റിൽ പ്രതിപാദിക്കാം. ഇന്ധന സെല്ലിന്റെ emf പല ഘടകങ്ങളെ ആശ്രയിച്ചിരിക്കും. ഹൈഡ്രജൻ/

ഓക്സിജൻ ഇന്ധനസെല്ലിന് ഏകദേശം 1 വോൾട്ട് emf ഉണ്ട്. സെല്ലുകളെ സമാന്തരമായും (parallel) ശ്രേണിയായും (series) യോജിപ്പിക്കാം. ആദ്യത്തേതിൽ കൂടുതൽ കറണ്ടും രണ്ടാമത്തേതിൽ കൂടുതൽ വോൾട്ടേജും കിട്ടുന്നു. സെല്ലുകൾ വ്യത്യസ്ത ശേഷികളിൽ ലഭ്യമാണ്. ഇന്ധനസെല്ലുകൾക്ക് വളരെ ഉയർന്ന കാര്യക്ഷമതയുണ്ട്, വ്യത്യസ്ത ഊഷ്മാവുകളിൽ പ്രവർത്തിക്കുന്ന സെല്ലുകൾ ഉണ്ട്. ഖര ഇലക്ട്രോലൈറ്റുകൾ (ചില പോളിമറുകൾ) എളുപ്പത്തിൽ കൈകാര്യം ചെയ്യാവുന്നതാണ്. പ്രത്യേകിച്ച് ഇന്ധന സെൽ കാറുകളിൽ ഉപയോഗിക്കുമ്പോൾ.

വിവിധയിനം ഇന്ധനസെല്ലുകൾ

ഉപയോഗിക്കുന്ന ഇന്ധനങ്ങൾ, ഇലക്ട്രോലൈറ്റുകൾ, ആനോഡ് പദാർത്ഥങ്ങൾ മുതലായവയിലെ വ്യത്യാസങ്ങളനുസരിച്ച് മുഖ്യമായും 6 തരത്തിലുള്ള ഇന്ധനസെല്ലുകളാണുള്ളത്. പുതിയ തരം സെല്ലുകളും ഗവേഷണഫലങ്ങളായി ലഭിക്കും. ഓരോന്നിനെക്കുറിച്ചും വളരെ സംക്ഷിപ്തമായി പറയാം.

1. *AFC: ആൽക്കലൈൻ ഫ്യൂവൽ സെൽ*

ഇതിൽ പൊട്ടാസ്യം ഹൈഡ്രോക്സൈഡ് ഇലക്ട്രോലൈറ്റായി ഉപയോഗിക്കുന്നു. ഇതിനെക്കുറിച്ച് വിശദമായി പ്രതിപാദിച്ചിരുന്നു. ഈ സെല്ലുകൾക്ക് വളരെ ഉയർന്ന (ഏകദേശം 75%) കാര്യക്ഷമതയുണ്ട്. ഇതിന്റെ പ്രവർത്തനഊഷ്മാവ് 100^0C-ൽ താഴെയാണ്. ചെലവേറിയതാണ് ഇതിന്റെ നിർമ്മാണം. NASA അവരുടെ സ്പേസ് ആവശ്യങ്ങൾക്ക് കൂടുതലായി ഉപയോഗിക്കുന്നത് AFC ആണ്.

2. *PEMFC: പ്രോട്ടോൺ എക്ചേഞ്ച് മെംബ്രേൻ ഫ്യൂവൽ സെൽ*

ഖരാവസ്ഥയിലുള്ള പോളിമർ സ്തരമാണ് ഇതിലെ ഇലക്ട്രോലൈറ്റ്. നാഫിയോൺ എന്ന പോളിമറാണ് ഇതിന് ഉപയോഗിക്കുന്നത്. പാചകത്തിനുപയോഗിക്കുന്ന ഒട്ടിപ്പിടിക്കാത്ത പാത്രങ്ങളിൽ (Non-sticking pan) പൂശിയിരിക്കുന്നത് ടെഫ്ളോൺ എന്ന പോളിമറാണ്. ഇതിന്റെയൊരു വകഭേദമാണ് നാഫിയോൺ (nafion). ഖരാവസ്ഥയിൽ ആയതിനാൽ കൈകാര്യം ചെയ്യാൻ വളരെ എളുപ്പമാണ്. അതുകൊണ്ട് തന്നെ ഇന്ധനസെൽ കാറുകളിൽ ഇതിനാണ് പ്രിയം. പ്രവർത്തന ഊഷ്മാവ് ഏകദേശം 70^0 C.

3. *PAFC : ഫോസ്ഫോറിക് ആസിഡ് ഫ്യൂവൽ സെൽ*

ഇതിൽ ഫോസ്ഫോറിക് ആസിഡ് (H_2PO_4) ഇലക്ട്രോലൈറ്റായി ഉപയോഗിക്കുന്നു. ടെഫ്ളോണും സിലിക്കൺ കാർബൈഡും ചേർന്ന ഒരു മെട്രിക്സ് ക്രമീകരണത്തിലാണ് സജ്ജമാക്കിയിരിക്കുന്നത്. ഇതിന്റെ പ്രവർത്തനഊഷ്മാവ് 100 മുതൽ 200^0C വരെയാണ്. ഇന്ത്യയിൽ ഈ

സെൽ 50KW ശേഷിയിൽ BHEL വികസിപ്പിച്ചെടുത്തിട്ടുണ്ട്.

4. *SOFC: സോളിഡ് ഓക്സൈഡ് ഫ്യൂവൽ സെൽ*

ഖരരൂപത്തിലുള്ള സെറാമിക് ആണ് ഇലക്ട്രോലൈറ്റ്. യെട്രിയ (Y_2O_3), സിർക്കോണിയ (ZrO_2) എന്നിവയാണ് കൂടുതലായി ഉപയോഗിക്കുന്നത്. ഇതിൽ പ്രോട്ടോണിനുപകരം ഓക്സിജൻ അയോണിനെയാണ് കടത്തിവിടുന്നത്. ഉയർന്ന ഊഷ്മാവിലാണ് (1000^0C) ഇത് പ്രവർത്തിക്കുന്നത്. അതിനാൽ ഉയർന്ന കാര്യക്ഷമതയുണ്ട്. സുരക്ഷിതത്വത്തിനായി നല്ല താപകവചങ്ങൾ ആവശ്യമാണ്.

5. *DMFC: ഡയറക്ട് മെഥനോൾ ഫ്യൂവൽ സെൽ*

ഇതിലും ഖര പോളിമർ സ്തരം ഉപയോഗിക്കുന്നു. ഇതിൽ 'റിഫോർമർ' ആവശ്യമില്ല. ആനോഡ് ഉൽപ്രേരകം ഹൈഡ്രജനെ നേരിട്ട് ദ്രാവകമെഥനോളിൽ നിന്ന് വലിച്ചെടുക്കുന്നു. ഹൈഡ്രോകാർബൺ ഇന്ധനമായ ഗാസൊലിൻ തുടങ്ങിയവയിൽ നിന്ന് ഹൈഡ്രജൻ നീക്കം ചെയ്യുന്ന ഉപകരണത്തെയാണ് റിഫോർമർ (reformer) എന്നു വിളിക്കുന്നത്. ചിലയിനം ഇന്ധനസെല്ലുകളിൽ ഇത് ആനോഡുമായി ബന്ധിപ്പിച്ചിരിക്കും.

6. *MCFC: മോൾട്ടൺ കാർബണേറ്റ് ഫ്യൂവൽ സെൽ*

ഇതിൽ ഇലക്ട്രോലൈറ്റായി ഉപയോഗിക്കുന്നത് ലിതിയം അഥവാ പൊട്ടാസ്യം. കാർബണേറ്റാകുന്നു. ഇതിന്റെ പ്രവർത്തനഉഷ്മാവ് 650^0 C. ഉയർന്ന ഊഷ്മാവായതിനാൽ കൂടുതൽ കാര്യക്ഷമതയുണ്ട്. നല്ല താപ കവചങ്ങളും ആവശ്യമാണ്. ഇത് അപകട സാദ്ധ്യത കുറയ്ക്കും.

ഇന്ധന സെല്ലുകളുടെ പ്രയോഗങ്ങൾ

പരിസ്ഥിതിസൗഹൃദപരമായ പ്രവർത്തനവും ഉയർന്ന കാര്യക്ഷമതയും ഇന്ധനസെല്ലുകളുടെ പ്രയോഗം ആഗോളതലത്തിൽ വ്യാപകമാക്കിക്കൊണ്ടിരിക്കുന്നു. ഈ മേഖലയിലെ ഗവേഷണങ്ങളും ത്വരിതഗതിയിലാണ്.

ഏറ്റവും ശ്രദ്ധേയമായ പ്രയോഗങ്ങളിൽ ഒന്ന് സീറോ എമിഷൻ വെഹിക്കിൾസ് (ZEV) അഥവാ പുകയില്ലാക്കാറുകളാണ്. നേരത്തേ സൂചിപ്പിച്ചതുപോലെ ഇന്ധനം നിറച്ച് പുകയില്ലാതെ ഓടുന്ന, നിശ്ശബ്ദമായി ഓടുന്ന കാറുകൾ യാഥാർത്ഥ്യമായിക്കഴിഞ്ഞു. ബെൻസ്കാറിന്റെ നിർമ്മാതാക്കളായ ഡെയിംലർ ക്രിസ്‌ലർ കമ്പനി ഇന്ധനസെല്ലിലും പെട്രോളിലും ഓടുന്ന NECA 4 എന്ന കാർ വിപണിയിൽ എത്തിച്ചു. ഇന്ത്യയിൽ ഇത് ലഭ്യമാക്കുന്നതിനുള്ള ശ്രമത്തിലാണവർ. എങ്കിലും ഇവിടെ കിട്ടുന്ന പെട്രോളിൽ അടങ്ങിയിരിക്കുന്ന സൾഫറിന്റെ അളവ് കൂടുതലാണെന്നുള്ളതാണ് ഒരു തടസ്സം. ഫോഡ് കമ്പനിയുടെ P 2000 Sedan എന്ന

ഹോണ്ടാ FCEV (ഫ്യൂവൽ സെൽ ഇലക്ട്രിക് വെഹിക്കിൾ)

ഇന്ധനസെൽ കാറിന് മണിക്കൂറിൽ 90 കിലോമീറ്റർ വേഗതയിൽ വീണ്ടും ഇന്ധനം നിറയ്ക്കുന്നതുവരെ ഏകദേശം 280 കി മി ഓടാൻ കഴിയും.

ഒരിന്ധനസെൽ കാറിനെക്കുറിച്ച് അല്പം വിശദീകരിക്കാം. ഹോണ്ടാ FCX എന്ന ഇന്ധനസെൽ കാർ 2002-ൽ പ്രദർശനത്തിനെത്തി. 2006-ൽ പരിഷ്കരിച്ച പതിപ്പുമായി. 2008-ൽ വളരെ വിപുലമായ വിപണി നിർമ്മാതാക്കൾ പ്രതീക്ഷിക്കുന്നു: Honda Fuel Cell Experimental എന്നതിൽ നിന്നാണ് Honda FCX എന്ന പേര്. ഇതിൽ പ്രോട്ടോൺ എക്സ്ചേഞ്ച് മെംബ്രേയിൻ ഫ്യൂവൽ സെൽ (PEMFC) ആണ് ഉപയോഗിച്ചിരിക്കുന്ന

Honda FCX

ത്. ഇന്ധനം ഹൈഡ്രജനാണ്. മണിക്കൂറിൽ ഏകദേശം 160 കി.മി. വേഗതയിൽ 570 കിലോമീറ്റർ വരെ വീണ്ടും ഇന്ധനം നിറയ്ക്കുന്നതുവരെ ഓടാം. ഏതാണ്ട് 5 kg ഹൈഡ്രജൻ 350 ഇരട്ടി അന്തരീക്ഷ മർദ്ദത്തിൽ ശേഖരിച്ചുവച്ചാണ് ഇത്രയും ഓടുന്നത്. ഇന്ധനസെല്ലിൽ നിന്നു കിട്ടുന്ന വൈദ്യുതി ഉപയോഗിച്ച് 3 മോട്ടറുകൾ കറക്കിയാണ് കാർ ഓടിക്കുന്നത് ട്രെയിനിലും ഇതുപോലെയാണ്. ഡീസൽ കൊണ്ട് ഉല്പാദിപ്പിക്കുന്ന വൈദ്യുതി ഉപയോഗിച്ച് മോട്ടർ പ്രവർത്തിച്ചാണ് ട്രെയിൻ ഓടുന്നത് അതുകൊണ്ടാണ് ഇതിനെ ഡീസൽ–ഇലക്ട്രിക് ട്രെയിൻ എന്നു വിളിക്കുന്നത്. ഏകദേശം 60% കാര്യക്ഷമതയാണ് ഹോണ്ടാ FCX ന് നിർമ്മാതാക്കൾ അവകാശപ്പെടുന്നത്.

ഈ കാർ ZEV വിഭാഗത്തിൽപ്പെടുന്നു. ഹോണ്ടാ കമ്പനി ഈ കാറിൽ ഇന്ധനം നിറയ്ക്കുന്നതിനായി ഉപഭോക്താവിന് വീട്ടിൽ സൂക്ഷിക്കാവുന്ന ഹോം എനർജി സ്റ്റേഷൻ (HES) യൂണിറ്റുകൂടി നൽകുന്നു. പ്രകൃതി വാതകം ഈ യൂണിറ്റിനു കൊടുത്താൽ അതിൽ നിന്നും ഹൈഡ്രജൻ ലഭിക്കുന്നു. ഇത് വാഹനത്തിൽ ഉപയോഗിക്കാം. HES ൽ തന്നെ ഇന്ധനസെല്ലുണ്ട്. അതിന് 5kW ശക്തിയുണ്ട്. വീട്ടാവശ്യത്തിന് ഈ വൈദ്യുതി ഉപയോഗിക്കാം. ഇതുകൂടാതെ കുറച്ചു ചൂടുവെള്ളം കൂടി കുടിക്കാൻ കിട്ടും!.

ഫ്യൂവൽ സെൽ ബൈക്ക്

മറ്റൊരു ദിശയിലും തീവ്രഗതിയിലുള്ള ഗവേഷണങ്ങൾ നടക്കുന്നു. സോളാർ സെല്ലുകൾ ഘടിപ്പിച്ച് സൗരോർജ്ജത്തിൽ നിന്ന് വൈദ്യുതി ഉല്പാദിപ്പിക്കുന്നു. അതു പിന്നീട് ജലത്തിന്റെ വൈദ്യുതവിശ്ലേഷണത്തിന് ഉപയോഗിച്ച് ഹൈഡ്രജനും ഓക്സിജനും വേർപിരിച്ചെടുക്കുന്നു. ഇതുപയോഗിച്ച് ഇന്ധനസെൽ പ്രവർത്തിപ്പിക്കാം. അതു മോട്ടറിൽ കൊടുത്ത് കാർ ഓടിക്കാം. ഇത്തരം കാറുകളുടെ പ്രദർശന ഓട്ടങ്ങൾ പല സ്ഥലങ്ങളിലും നടന്നു കഴിഞ്ഞു. വ്യാവസായികമായ ഉല്പാദനം കാത്തിരിക്കുന്നു.

ഇത്തരം ZEV കൾ വ്യാപകമാകുന്നതോടെ പരിസ്ഥിതി നേരിടുന്ന ഒരു മുഖ്യ പ്രശ്നത്തിന് പരിഹാരം ഉണ്ടാകും. ഇതിന്റെ സാങ്കേതികവിദ്യ വികസിപ്പിക്കുന്നതിൽ മിക്ക രാജ്യങ്ങളും കിണഞ്ഞു പരിശ്രമിക്കുകയാണ്. സൗരോർജ്ജത്തിന്റെ ഹേതുസ്രോതസ്സ് ഹൈഡ്രജനാണ്. വാഹനങ്ങളുടേതും അതുപോലെ ആകുമോ ?

ഏകദേശം 250 കിലോവാട്ട് ശക്തിയുള്ള PureCell 200 എന്ന ഇന്ധനസെൽ ലഭ്യമാണ്. ഫോസ്ഫോറിക് ആസിഡ് ഇന്ധനസെല്ലുകൾ ആശു

ഫ്യൂവൽ സെൽ മൊബൈൽ

പത്രികൾക്കും വാർത്താവിനിമയ കേന്ദ്രങ്ങൾക്കും താല്കാലികമായി (പവർകട്ട് വേളകളിൽ) വൈദ്യുതി നൽകുന്നതിനായി ഉപയോഗിച്ചു വരുന്നു. കൂടുതൽ പവർ ആവശ്യമുള്ളപ്പോൾ അതായത് 10 മുതൽ 100 MW വരെയുള്ള ആവശ്യങ്ങൾക്ക് MCFC, SOFC തുടങ്ങിയ ഇന്ധനസെല്ലുകൾ ഉപയോഗിക്കുന്നു. PEMFC കൾ ടോർച്ച്, ലാപ്ടോപ്, ബോട്ടുകൾ, ലിഫ്റ്റ് ഘടിപ്പിച്ച ലോറികൾ തുടങ്ങിയവയിൽ ഉപയോഗിച്ചുവരുന്നു. അങ്ങനെ നമ്മുടെ ബാറ്ററി സങ്കല്പം ഇന്ധനസെല്ലിന്റെ പ്രയോഗത്തോടെ മാറിമറിയും. അതിലെല്ലാമുപരി വരുംതലമുറയ്ക്ക് പ്രതികൂലമല്ലാത്ത പരിസ്ഥിതി നൽകുവാനാകും.

ഇന്ധനസെല്ലിന്റെ മേന്മകൾ

1. *ഏറ്റവും ഉയർന്ന കാര്യക്ഷമത :*

ആന്തരദഹന എഞ്ചിനിൽ ഉദാഹരണമായി കാറിന്റെയും ലോറിയുടെയും എഞ്ചിനിൽ ഇന്ധനം ജ്വലിപ്പിച്ചു കിട്ടുന്ന താപം ഉപയോഗിച്ച് പിസ്റ്റൺ ചലിപ്പിക്കുന്നു. ഇതിന്റെ കാര്യക്ഷമതയ്ക്ക് പരിധിയുണ്ട്. പക്ഷേ ഇന്ധനസെല്ലിൽ ജ്വലനമില്ലാതെ നേരേ രാസപ്രവർത്തനഫലമായി വൈദ്യുതിയും കുറച്ച് താപവും വെള്ളവും ഉണ്ടാകുന്നു. അതുകൊണ്ട് ഇന്ധനസെല്ലുകൾക്ക് മികച്ച കാര്യക്ഷമതയുണ്ട്. മിക്ക താപഎഞ്ചിനുകളിലും താരതമ്യേന കുറഞ്ഞ കാര്യക്ഷമതയാണുള്ളത്.

2. *പരിസ്ഥിതിസൗഹൃദപരം :*

ഇന്ധനസെല്ലുകളുടെ പ്രവർത്തനം പരിസ്ഥിതിസൗഹൃദപരമാണ്. ഒരുപക്ഷേ ഏറ്റവും ആകർഷണീമായിട്ടുള്ളത് ഇതു തന്നെയാണ്. ഇന്ധനസെൽ പുറം തള്ളുന്നത് കുടിവെള്ളമാണ്! ചുരുക്കം ചിലതിൽ നിന്ന് അല്പം കാർബൺ ഡൈഓക്സൈഡ് കൂടി പുറത്തുവരും. വെള്ളം നമുക്ക് കുടിക്കാം. CO_2 ചെടികൾ എടുത്തോട്ടെ! ഈ പ്രത്യേകത കണക്കിലെടുത്ത് വരുംകാലങ്ങളിൽ

ഫ്യൂവൽ സെൽ ലാപ്ടോപ്പ്

ഇന്ധനസെൽ

നാം പ്രത്യാശയോടെ നോക്കുന്ന ഒന്നാണ് ചെലവുകുറഞ്ഞ ഇന്ധനസെല്ലുകൾ. ഇവ ഉപയോഗിച്ചു പ്രവർത്തിക്കുന്ന കാറുകൾ നിരത്തിലോടിത്തുടങ്ങി. മറ്റുപയോഗങ്ങൾ കൂടിവരുന്നുണ്ട്. ഭാവിയിൽ ഒരുപക്ഷേ ടോർച്ച്, ലാപ്ടോപ്പ്, ടിവി തുടങ്ങി പലതും പ്രവർത്തിപ്പിക്കുന്നത് ഇന്ധനസെല്ലുകൾ ഉപയോഗിച്ചായിരിക്കും. ഇന്ധനലഭ്യതയുടെ അനന്തമായ സാധ്യത.

3. ഒച്ചയുണ്ടാക്കുന്നില്ല ; കമ്പനമില്ല ; ചലിക്കുന്ന ഭാഗങ്ങളില്ല. ഖര ഇന്ധനസെൽ (PMFC) കൈകാര്യം ചെയ്യാനും വളരെ എളുപ്പമാണ് പ്രത്യേകിച്ച് വാഹനങ്ങളിൽ.
4. ദീർഘകാലം പ്രവർത്തിക്കുന്നു.
5. വ്യത്യസ്ത പവറുകളിൽ ലഭ്യമാണ്. സാധാരണ ബാറ്ററിയേക്കാൾ പലമടങ്ങ് ശക്തിയുള്ളത് കിട്ടും.
6. പ്രവർത്തനത്തിലുള്ള ഉയർന്ന വിശ്വാസ്യത.
7. ഏകദേശം 50^0 C മുതൽ 1000^0 C വരെയുള്ള ഊഷ്മാവുകളിൽ പ്രവർത്തിക്കുവാൻ ഇന്ധനസെല്ലുകൾക്ക് കഴിയും.
   ഖര ഇന്ധനസെല്ലുകൾ കൈകാര്യം ചെയ്യാൻ എളുപ്പമാണ്.
8. ഇന്ധനസെല്ലിൽ നിന്ന് ലഭിക്കുന്ന താപവും പ്രവൃത്തി ചെയ്യുവാൻ പ്രയോജനപ്പെടുത്താറുണ്ട്.
9. ZEV (Zero Emission Vehicle) (പുകരഹിത വാഹനം): ഫ്യൂവൽ സെൽ കാറുകൾ അന്തരീക്ഷ മലിനീകരണമുണ്ടാക്കുന്നില്ല. ശബ്ദ മലിനീകരണവുമുണ്ടാക്കുന്നില്ല.ഭാവിയിലെ പ്രതീക്ഷ ZEV യിലാണ്.

പോരായ്മകൾ

1. നിർമ്മാണച്ചെലവ് താരതമ്യേന കൂടുതലാണ്.
2. ബന്ധപ്പെട്ട ശാസ്ത്രസാങ്കേതികവിദ്യകൾ ആവശ്യത്തിന് വളർന്നിട്ടില്ല.
3. സൾഫർ, കാർബൺമോണോക്സൈഡ് തുടങ്ങിയവ ഇന്ധനത്തിലുള്ളതിനാൽ സെല്ലിന്റെ പ്രവർത്തനം സുഗമമല്ല.
4. അപകടസാദ്ധ്യത.
   (World Trade Centre-ൽ നാശം വിതച്ചതിൽ ഒരു ഘടകം ഇന്ധനസെല്ലുകളാണെന്ന് കേട്ടിട്ടുണ്ട്).

ഭാവി പ്രതീക്ഷകൾ

ചെലവു കുറഞ്ഞ ഇലക്ട്രോലൈറ്റ്, ഇലക്ട്രോഡുകൾ, ഉൽപ്രേരകങ്ങൾ തുടങ്ങിയവ ഗവേഷണങ്ങളിൽ കണ്ടെത്തിയാൽ ഇന്ധനസെൽ സർവ്വവ്യാപകമാകും. ഹൈഡ്രജൻ ചെലവു കുറഞ്ഞ രീതിയിൽ ലഭ്യമാക്കാനുള്ള ഒരു മാർഗ്ഗം, ജലവൈദ്യുത വിശ്ലേഷണത്തിന് സൗരോർജ്ജം ഉപയോഗിക്കുകയാണ് (ചില കിഴക്കൻ ഏഷ്യൻ രാജ്യങ്ങളിൽ പരീക്ഷണാടിസ്ഥാനത്തിൽ ഇത് നടപ്പാക്കിയിട്ടുണ്ട്). ഇത് പ്രയോഗത്തിലായാൽ ഇന്ധനസെല്ലുകൾ ലാഭകരമാക്കാം. ഒപ്പം പരിസ്ഥിതി സൗഹൃദപരവും. അങ്ങനെ ZEV സാധ്യമാകുന്നു. പുകയില്ല, ശബ്ദമില്ല. ചൂടുവെള്ളം മാത്രം പുറത്തേക്ക്. അന്തരീക്ഷ മലിനീകരണം ഏറെ കുറവ്. അങ്ങനെ ഒത്തിരി ഒത്തിരി പ്രതീക്ഷകൾ താമസിയാതെ വ്യാപകമായി സഫലമാകും. ഇന്ധന ലഭ്യതയുടെ അനന്തമായ സാധ്യതകളിലേക്ക് നമുക്ക് പ്രതീക്ഷയോടെ ഉറ്റുനോക്കാം.

ഹൈഡ്രജൻ ഊർജ്ജം

നിറവും മണവും രുചിയുമില്ലാത്ത ഒരു വാതകമാണ് ഹൈഡ്രജൻ. ബ്രിട്ടീഷ് ശാസ്ത്രജ്ഞനായ കവൻഡിഷ് ആണ് ഹൈഡ്രജൻ കണ്ടുപിടിച്ചത്. ഹൈഡ്രജൻ നിറച്ച ബലൂൺ ഉയരുന്നത് കാണാത്തവർ ചുരുക്കം. കാലാവസ്ഥാ പ്രവചനത്തിന് അന്തരീക്ഷത്തിലെ പല ഘടകങ്ങളും അളക്കുന്നതിനുള്ള ഉപകരണങ്ങൾ ഹൈഡ്രജൻ നിറച്ച ബലൂണിൽ ചേർത്ത് പറത്തി വിടുമായിരുന്നു. കോസ്മിക് കിരണങ്ങളെക്കുറിച്ച് പഠിക്കാനും ഹൈഡ്രജൻ ബലൂണുകൾ ഉപയോഗിച്ചിരുന്നു. ഏറ്റവും ഭാരം കുറഞ്ഞ വാതകമാണ് ഹൈഡ്രജൻ. ഒരു ബലൂണും അതിൽ നിറച്ച ഹൈഡ്രജനും ചേർന്നുള്ള ഭാരത്തേക്കാൾ കൂടുതലാണ് ബലൂൺ വിസ്ഥാപനം ചെയ്യുന്ന വായുവിന്റെ ഭാരം. അതുകൊണ്ട് മുകളിലേക്കുള്ള പ്ലവക്ഷമബലം കൂടുതലാണ്. ആർക്കിമിഡീസ് തത്ത്വം അനുസരിച്ച് ബലൂൺ മുകളിലേക്ക് പോകുന്നു.

ഹൈഡ്രജൻ ഒരിന്ധനമായിട്ടാണ് ഉപയോഗിക്കുന്നത്. ഇന്ധനസെല്ലിൽ ഇത് ജ്വലനമില്ലാതെ എങ്ങനെ വൈദ്യുതി തരുന്നുവെന്ന് വിശദമായി നാം മനസ്സിലാക്കി. ഹൈഡ്രജനെ ജ്വലിക്കുന്ന ഇന്ധനമായി ഉപയോഗിക്കുന്നതിനെക്കുറിച്ചാണ് ഇനി പ്രതിപാദിക്കുന്നത്. ഹൈഡ്രജനിൽ അടങ്ങിയിരിക്കുന്ന ഊർജ്ജത്തിന്റെ അളവ് വളരെക്കൂടുതലാണ്. ഒരു ഗ്രാമിൽ 121 കിലോ ജൂൾ ഊർജ്ജം അടങ്ങിയിരിക്കുന്നു. മറ്റിന്ധനങ്ങളെ അപേക്ഷിച്ച് ഇത് വളരെക്കൂടുതലാണ്. എങ്കിലും യൂണിറ്റ് വ്യാപ്തം ഹൈഡ്രജനിൽ അടങ്ങിയിരിക്കുന്ന ഊർജ്ജം തീരെ കുറവാണ്. ഒരു പ്രായോഗിക പ്രശ്നമുള്ളത് ഹൈഡ്രജന്റെ സംഭരണമാണ്. ഇതിനുള്ള സുരക്ഷിതമായ മാർഗ്ഗങ്ങൾ ഉരുത്തിരിഞ്ഞു വരുന്നു. ഇന്ധനസെല്ലിലെ ഉപയോഗം ഒഴിച്ചാൽ ഹൈഡ്രജൻ ഉപയോഗിക്കുന്നത് ആന്തരദഹന യന്ത്രത്തിൽ, പെട്രോൾ, ഡീസൽ എന്നിവയ്ക്ക് പകരമായാണ്. ആന്തര

ദഹനയന്ത്രങ്ങളിൽ (വാഹനങ്ങളിൽ) ഹൈഡ്രജൻ നേരിട്ട് ഉപയോഗിക്കാം. മർദ്ദിച്ചൊതുക്കിയ പ്രകൃതി വാതക (CNG) ത്തോട് ചേർത്തും ഉപയോഗിക്കാറുണ്ട്. ഹൈഡ്രജൻ ഡീസലിനോട് അല്ലെങ്കിൽ പെട്രോളിനോട് ചേർത്തും വാഹന എഞ്ചിനുകളിൽ ഉപയോഗിക്കുന്നു. ഇത് ലാഭകരമാകുന്നത് സൗരോർജ്ജം ഉപയോഗിച്ച് ജലത്തെ വൈദ്യുതവിശ്ലേഷണം നടത്തി ഹൈഡ്രജനും ഓക്സിജനുമാക്കി മാറ്റി എടുക്കുന്നതിലൂടെയാണ്. ഇത് വിജയകരമായിട്ടുണ്ട്. ഹൈഡ്രജൻ കത്തുമ്പോൾ ഗ്രീൻഹൗസ് വാതകങ്ങൾ ഉണ്ടാകുന്നില്ല. അതുകൊണ്ട് ആഗോളതപനം ഉണ്ടാകുന്നില്ല. കുറച്ച് നൈട്രജൻ ഓക്സൈഡ് പുറത്തുവിടും. വളരെ ചെലവുകുറഞ്ഞ രീതിയിൽ ഹൈഡ്രജൻ ഉല്പാദിപ്പിച്ച് അപകടമില്ലാതെ സൂക്ഷിച്ച് ഇന്ധനമായി ഉപയോഗിക്കുന്ന കാലം വിദൂരമല്ല.

5

ജൈവഇന്ധനങ്ങൾ

പാഴ്ചെടി പാഴല്ല
കാട്ടാവണക്ക് വണ്ടിക്ക് എണ്ണയാണ്.
ജൈവപദാർത്ഥങ്ങൾ കളയരുതേ!
മാലിന്യങ്ങൾ പാഴല്ല.

പുതുക്കപ്പെടുന്ന ഊർജ്ജസ്രോതസ്സുകളിൽ ഏറ്റവും പ്രധാനപ്പെട്ടതാണ് ജൈവഇന്ധനങ്ങൾ (biofuels). ജന്തുക്കളിൽ നിന്നും സസ്യങ്ങളിൽ നിന്നും ലഭ്യമാകുന്ന അഥവാ ജൈവപദാർത്ഥങ്ങളിൽ (biomass) നിന്നും വേർതിരിച്ചെടുക്കുന്ന ഇന്ധനങ്ങളാണ് ജൈവഇന്ധനങ്ങൾ. പെട്രോളിയം തന്നെ 30 കോടി വർഷങ്ങൾ പഴകിയ ജൈവാവശിഷ്ടങ്ങൾ ആണ്. എന്നാൽ ജൈവഇന്ധനങ്ങളിൽപ്പെട്ട കാടും പടലും ചിരട്ടയും കരിമ്പിൻചണ്ടിയുമെല്ലാം നീണ്ട കാലം കാത്തിരിക്കാതെ ഉടൻതന്നെ ഇന്ധനമായി ഉപയോഗിക്കാൻ കഴിയുന്നതാണ്. പ്രധാനപ്പെട്ട ജൈവഇന്ധനങ്ങൾ ഇനി പറയുന്നവയാണ്.

വിറക്
അറക്കപ്പൊടി
അറക്കപ്പൊടി പെല്ലറ്റ്
ബയോഗ്യാസ്
ബയോമാസ്സ്
ബയോഎഥനോൾ
ബയോഡീസൽ
ബയോവേസ്റ്റ് തുടങ്ങിയവ.

ഇത്തരം ഇന്ധനങ്ങളുടെ ചെറുതും വലുതുമായ പ്രയോഗങ്ങളും

സാധ്യതകളും പരിശോധിക്കാം. വർത്തമാനകാലത്തിലും വരാനിരിക്കുന്ന കാലത്തിലും ഊർജ്ജപ്രതിസന്ധി ഒഴിവാക്കുന്നതിൽ ഇവയ്ക്ക് നിർണ്ണായകമായ പങ്കുണ്ട്; പ്രത്യേകിച്ച് പ്രകൃതിവിഭവങ്ങളാൽ സമ്പന്നമായ നമ്മുടെ രാജ്യത്ത്, അതിലുപരി രാജ്യത്തിന്റെ ഊർജ്ജസ്വാതന്ത്ര്യ സാക്ഷാത്കാരത്തിന്.

വിറക്

നെരിപ്പോട് മുതൽ പട്ടട വരെ വിറക് എരിയുന്നു. അടുക്കള പുകഞ്ഞിട്ട് നാളുകളായി എന്നു പറഞ്ഞാൽ നീണ്ട പട്ടിണിയെന്നർത്ഥം. പുരവാസ്തുബലിയിലും മലയാളിക്ക് പാൽ വിറകടുപ്പിൽ തിളപ്പിക്കണം എന്നാലേ സംതൃപ്തിയുള്ളു. മുത്തശ്ശിമാർ പറയാറുണ്ട്, "കുഞ്ഞേ എത്ര വലിയ വീടായാലും ഒരു അടുപ്പുവേണം, ഒരമ്മിക്കല്ല് വേണം, ഒരു മുറവും." നഗരങ്ങളിലെ ഫ്ളാറ്റുകളിൽ നിന്നും വിറക് പുറന്തള്ളപ്പെട്ടെങ്കിലും രാജ്യത്തെ ഭൂരിപക്ഷം വീടുകളിലും അടുപ്പിൽ വിറകോ ചുള്ളിയോ ചൂട്ടോ ചാണകക്കട്ടയോ എരിഞ്ഞ്, പുകവമിച്ച്, കണ്ണ് തിരുമ്മി, തുമ്മി, മനുഷ്യർ പാചകം ചെയ്യുന്നു. വിറകുകൾ വളരെ കാര്യക്ഷമമായി ഉപയോഗിക്കാൻ കഴിയുന്ന അടുപ്പുകൾ നാട്ടിൽ പ്രചാരത്തിലാണെങ്കിലും വിറക് കിട്ടാൻ പ്രയാസമാണ്. ഒരു തൂക്കിന് (25 കിലോയ്ക്ക്) 65 രൂപാ വിലയുണ്ട്. പതിനാല് കിലോ എൽപിജിക്ക് 300 രൂപയിലേറെ വിലയുണ്ട്. തടിമില്ലുകളിൽ നിന്ന് കിട്ടുന്ന അറക്കപ്പൊടിക്ക് ചാക്കിന് 25 രൂപാ വിലയായി. കടപുഴകി വീഴുന്ന മരങ്ങളുടെ എണ്ണം തീരെകുറവ്. മരം മുറിച്ചാലേ വിറകുള്ളു. ഇനി ഒത്തിരി മരങ്ങൾ മുറിക്കാനില്ല. മുറിക്കുന്ന നിരക്കിൽ മരങ്ങൾ വളരാറില്ല. വിറക് അന്യംനിന്ന് പോകുന്ന ഒരു ജൈവഇന്ധനമാണ്. ഏതാനും വർഷങ്ങൾ കൂടി കഴിയുമ്പോൾ വിറക് ഓർമ്മയാകും. തികച്ചും കാര്യക്ഷമതയുള്ള അടുപ്പുകൾ ഉപയോഗിക്കുക വഴി വിറകിന്റെ ഉപയോഗം ഒരു പരിധി വരെ കുറയ്ക്കാം. അതുവഴി മരം മുറിപ്പ് കുറയ്ക്കാം. മറ്റൊന്ന് വിറകിന് പകരം ബയോഗ്യാസോ പ്രകൃതിവാതകമോ ഉപയോഗിക്കാം. പ്രകൃതിവാതകം ഒരു ഫോസ്സിൽ ഇന്ധനമായതിനാൽ തീർന്നുപോകും. ബയോഗ്യാസിനെ ആശ്രയിക്കുന്നതാണ് സുസ്ഥിരവും ആരോഗ്യകരവും. ജൈവപാഴ്വസ്തുക്കളിൽ നിന്നും ഇത് ലാഭകരമായി ലഭ്യമാണ്. അങ്ങനെ വിറകിന് പകരമുള്ള ഇന്ധനങ്ങളെ ആശ്രയിച്ചേ തീരൂ. ഇതൊരു അനിവാര്യതയാണ്.

ബയോഗ്യാസ്

കാർഷിക പ്രാധാന്യമുള്ള നമ്മുടെ രാജ്യത്ത്, പ്രത്യേകിച്ച് ഗ്രാമങ്ങളിൽ, അനുയോജ്യമായ ഊർജ്ജസ്രോതസ്സുകളിലൊന്ന് കാലിവിസർജ്ജ്യങ്ങളിൽ നിന്ന് അനായാസം ലഭ്യമാക്കാവുന്ന ബയോഗ്യാസ് (biogas) ആണ്. ഏകദേശം 30 കോടിയോളം വരുന്ന കന്നുകാലി സമ്പത്ത്

നമുക്കുണ്ട്. ബയോഗ്യാസ് പ്ലാന്റുകൾ വ്യാപകമായി നിർമ്മിച്ചാൽ പുകയും ചൂടും കൊള്ളാതെ പാചകം ചെയ്യുവാൻ നിഷ്പ്രയാസം കഴിയും. ഒപ്പം വെളിച്ചവും കിട്ടും. തൊഴുത്തിൽ നിന്നും പറമ്പിൽ നിന്നും നീക്കം ചെയ്യേണ്ടുന്ന കന്നുകാലിവിസർജ്ജ്യം ചാണകക്കുഴിയിൽ ഇടുന്നതിനു പകരം സമാസമം വെള്ളവുമായി ചേർത്ത് ഒരു ടാങ്കിൽ നിക്ഷേപിച്ചാൽ അതിൽ നിന്നും ബയോഗ്യാസ് കിട്ടും. ശേഷിക്കുന്നത് നല്ല വളമായി വിനിയോഗിക്കാം. രാജ്യത്തെ സംബന്ധിച്ച് ഏറ്റവും പ്രസക്തമായ, പുതുക്കപ്പെടുന്ന ഊർജ്ജസ്രോതസ്സായി ബയോഗ്യാസിനെ കണക്കാക്കാം. ഗൗരവതരമായ മലിനീകരണപ്രശ്നങ്ങൾ ഉയർത്തുന്നില്ല. എന്നാൽ നഗരങ്ങളെ സംബന്ധിച്ചാണെങ്കിൽ ആരോഗ്യപരമായ പരിസരത്തിന് ഇത് അത്യന്താപേക്ഷിതമാണ്. ഒരു വെടിക്ക് മൂന്ന് പക്ഷികൾ എന്ന പോലെ, മാലിന്യസംസ്കരണത്തിനൊപ്പം ബയോഗ്യാസ്പ്ലാന്റ് വഴി ഊർജ്ജവും വളവും കിട്ടും.

എന്താണ് ബയോഗ്യാസ് ? ബയോഗ്യാസിന്റെ മുഖ്യഘടകം മീഥേൻ (CH_4) എന്ന വാതകമാണ്. ഇതിന് മണമില്ല. നല്ല ഇന്ധനമാണ്. കത്തിക്കഴിഞ്ഞാൽ വെള്ളവും കാർബൺ ഡൈ ഓക്സൈഡും കിട്ടും. ഏകദേശം 55% വരും മീഥേൻ. ബാക്കിയുള്ളതിൽ സിംഹഭാഗവും കാർബൺഡൈ ഓക്സൈഡും ശകലം ഹൈഡ്രജൻ, നൈട്രജൻ, ഓക്സിജൻ, ഹൈഡ്രജൻ സൾഫൈഡ് എന്നിത്യാദി വാതകങ്ങളും അടങ്ങിയിരിക്കും. ബയോഗ്യാസ് കത്തുമ്പോഴുള്ള ജ്വാലയ്ക്ക് നല്ല നീല നിറമാണുള്ളത്. ഇതിൽ മീഥേന്റെ അളവ് കൂടുതലായിരിക്കും. ഇതാണ് അഭികാമ്യം. എന്നാൽ ജ്വാലയ്ക്ക് അല്പം മഞ്ഞനിറം കലർന്നാൽ ഗ്യാസുല്പാദനത്തിലെ ദഹനപ്രക്രിയ പൂർണ്ണമല്ലെന്നും മറ്റുചില വാതകങ്ങൾ കൂടി കടന്നുകൂടിയെന്നും അനുമാനിക്കാം. ബയോഗ്യാസിൽ മീഥേന്റെ അളവാണ് ഇന്ധനമൂല്യം നിർണ്ണയിക്കുന്നത്. ഒരു ഘനമീറ്റർ (ക്യൂബിക് മീറ്റർ) ബയോഗ്യാസ് കത്തുമ്പോൾ ഏകദേശം 5000 കിലോകാലറി ഊർജ്ജം ഉണ്ടാകുന്നു. ഇത്രയും തന്നെ പ്രകൃതിവാതകം കത്തുമ്പോൾ 8600 കിലോകാലറി ഊർജ്ജം ഉണ്ടാകുന്നു. ബയോഗ്യാസിന്റെ ഇന്ധനമൂല്യം ഒട്ടും കുറവില്ലെന്നു സാരം. ഏകദേശം 35 ലക്ഷം ഘനമീറ്റർ ബയോഗ്യാസ് ദിവസേന രാജ്യത്ത് ഉല്പാദിപ്പിക്കുന്നു. ഇത് ഏകദേശം 23 ലക്ഷം ഘനമീറ്റർ പ്രകൃതിവാതകത്തിന് തുല്യമാണ്. ഇരട്ട ഇന്ധനജനറേറ്ററുകളിൽ 75% വരെ ബയോഗ്യാസ് ഉപയോഗിക്കാവുന്നതാണ്. ബാക്കി വരുന്നത് ഡീസലും. വൈദ്യുതി ഉല്പാദിപ്പിക്കാനുള്ള ചെറിയ ജനറേറ്ററുകൾ വികസിപ്പിക്കാനുള്ള ശ്രമത്തിലാണ് നാം. ഗ്യാസ് വിളക്കുകളും നേരിട്ട് കത്തിക്കാവുന്നതാണ്.

ബയോഗ്യാസ് ഒരു ശുദ്ധഇന്ധനമാണ്. ഗാർഹിക, കാർഷിക, വ്യാവസായിക അവശിഷ്ടങ്ങൾ, ജന്തുവിസർജ്ജ്യങ്ങൾ (മുഖ്യമായും ചാണകം) എന്നിവ ഓക്സിജന്റെ അസാന്നിദ്ധ്യത്തിൽ ബാക്ടീരിയാ

യുടെ പ്രവർത്തനഫലമായുണ്ടാകുന്നതാണ് ബയോഗ്യാസ്. ഒരുതരം ദഹനപ്രക്രിയയാണ് നടക്കുന്നത്. അതുകൊണ്ട് ഇങ്ങനെ കിട്ടുന്ന ഗ്യാസിനെ ഡൈജസ്റ്റർ ഗ്യാസ് എന്നും വിളിക്കും. ചാണകത്തിലുള്ള രണ്ടായിരത്തോളം വരുന്ന വിവിധതരം ബാക്ടീരിയകളുടെ 3 ഘട്ട ങ്ങളിലായുള്ള ദഹനസമാനമായ പ്രവർത്തനഫലമായി മീഥേൻ ഉണ്ടാകുന്നു. ബാക്ടീരിയാ ജൈവപദാർത്ഥങ്ങളിൽ പ്രവർത്തിച്ച് ഫെർമെന്റേഷൻ നടക്കുന്നു. അതിന്റെ ഫലമായി ചില കാർബണിക സംയുക്തങ്ങളുണ്ടാകുന്നു. പിന്നീട് കാർബണിക ആസിഡുകളും ശേഷം മീഥേൻ വാതകവും ഉല്പാദിപ്പിക്കപ്പെടുന്നു. ഈ പ്രക്രിയയെ ബയോമെതനേഷൻ (biomethenation) എന്നു വിളിക്കുന്നു. മറ്റുചില വാതകങ്ങളും കുറേശ്ശേ ഉണ്ടായിരിക്കും.

ബയോഗ്യാസ് പ്ലാന്റ്

ലളിതമായി പറഞ്ഞാൽ, ബയോഗ്യാസ് പ്ലാന്റ് എന്നാൽ ഒരു ടാങ്ക് ആണ്. അതിൽ ചാണകവും വെള്ളവും സമത്തിന് ചേർത്ത് കലക്കി വയ്ക്കുന്നു. ഇതാണ് ഡൈജസ്റ്റർ ടാങ്ക്. ഇതിലെ ചാണക–വെള്ള മിശ്രിതമാണ് ബാക്ടീരിയകളുടെ പ്രവർത്തനമീഡിയം. രണ്ടുമൂന്ന് ദിവസം കഴിയുമ്പോഴേക്കും തുറന്നിട്ടിരിക്കുന്ന ഈ ടാങ്കിൽ ബാക്ടീരിയകൾ പ്രവർത്തനസജ്ജമാകും. ഈ മീഡിയത്തിലേക്ക് ഭക്ഷണാവശിഷ്ടങ്ങൾ അല്ലെങ്കിൽ ചാണകവും വെള്ളവും ഫീഡ് ചെയ്യുന്നു. ടാങ്ക് ഗ്യാസ്ഹോൾഡർ കൊണ്ട് മൂടുന്നു. ബാക്ടീരിയകൾ ഭക്ഷണാ

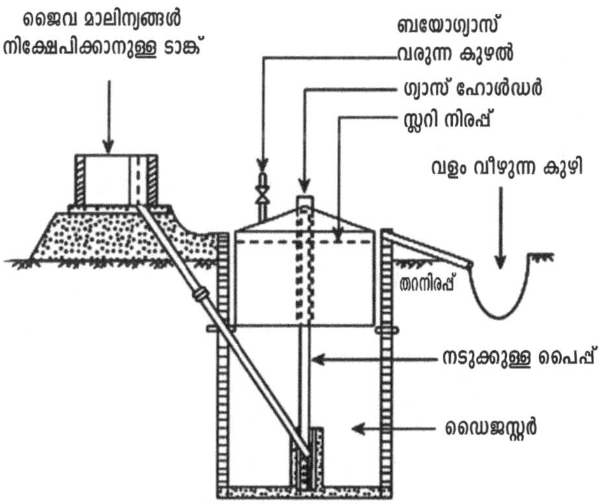

ബയോഗ്യാസ് പ്ലാന്റ് (ഫ്ളോട്ടിംഗ് ഡ്രം ടൈപ്പ്)

വശിഷ്ടത്തെ ദഹിപ്പിക്കുന്നു. ചാണകത്തിന്റെ ദഹനപ്രക്രിയ പൂർണ്ണമാകാൻ ഏകദേശം 20 ദിവസങ്ങൾവരെ എടുക്കും. ആഹാര അവശിഷ്ടങ്ങൾക്ക് ഒരു ദിവസം മതിയാകും. പച്ചക്കറിക്ക് അല്പം കൂടും. ഇതിനെ റീടെൻഷൻ കാലം എന്നു വിളിക്കുന്നു. അധികം താമസിയാതെ തന്നെ ബയോഗ്യാസ് ഉണ്ടായി വരുന്നു. വാതകം ഗ്യാസ് ഹോൾഡറെന്ന ലോഹഅടപ്പിനുള്ളിൽ ശേഖരിക്കപ്പെടുന്നു. ഇത് ഒരു കുഴൽ വഴി പുറത്തേക്കു കൊണ്ടുപോയി അടുപ്പ് കത്തിക്കുവാനോ ജനറേറ്റർ പ്രവർത്തിപ്പിക്കാനോ വിനിയോഗിക്കാം.

ഫീഡ് ചെയ്തു കഴിഞ്ഞ് ഗ്യാസ് ലഭിച്ചുതുടങ്ങിയാൽ എല്ലാദിവസവും ഒരു നിശ്ചിതഅളവിൽ ബയോവേസ്റ്റ് വെള്ളവും ചേർത്ത് ടാങ്കിന്റെ വശത്ത് ഘടിപ്പിച്ചിരിക്കുന്ന കുഴൽ വഴി സ്ലറി എന്നു വിളിക്കുന്ന മാധ്യമത്തിന്റെ ഉള്ളിലേക്ക് കടത്തിവിടാം. ദഹനംനടന്ന് ബയോഗ്യാസ് കിട്ടിക്കൊണ്ടിരിക്കും. ദഹനശേഷമുള്ള സ്ലറി ടാങ്കിന്റെ മറുവശത്ത് ഘടിപ്പിച്ചിരിക്കുന്ന കുഴൽവഴി പുറത്തേക്കുവരും. ഇത് എൻപികെ വളത്തോട് കിടപിടിക്കുന്നതാണ്. അങ്ങനെ ചെടികൾ തഴച്ചുവളരുകയും മണ്ണ് ഫലപുഷ്ടിയുള്ളതായിത്തീരുകയും ചെയ്യുന്നു. ഒരു ദിവസം 1 ഘനമീറ്റർ ($1m^3$) ബയോഗ്യാസ് കിട്ടുന്ന പ്ലാന്റിൽ ദിവസം 5 കിലോഗ്രാം ഭക്ഷ്യാവശിഷ്ടങ്ങളും 5 ലിറ്റർ വെള്ളവും ഫീഡ് ചെയ്യാം. ബയോഗ്യാസ് ഉല്പാദനത്തിന് ടാങ്കിനുള്ളിലെ ഊഷ്മാവ് 20 മുതൽ 40 ഡിഗ്രി സെൽഷ്യസ് വരെ ആകാം.

ടാങ്കിന്റെ ഏകദേശം മധ്യഭാഗത്തായിട്ടാണ് ബാക്ടീരിയാകളുടെ പ്രവർത്തനമേഖല. ഇവിടുത്തെ ഊഷ്മാവ് ഏകദേശം 37 ഡിഗ്രി (മനുഷ്യ ശരീരത്തിന്റെ സാധാരണ ഊഷ്മാവ്) ആയിരിക്കുമ്പോൾ മീഥേൻ ഉല്പാദനം ഏറ്റവും കൂടുതലായിരിക്കുന്നതായി കാണുന്നു. ലളിതമായ ഘടനയുള്ള ഒരു ബയോഗ്യാസ് പ്ലാന്റിന്റെ ചിത്രം താഴെ കൊടുത്തിരിക്കുന്നു. സാങ്കേതിക മികവുള്ള പ്ലാന്റുകളും ലഭ്യമാണ്. പ്ലാന്റിന്റെ വലിപ്പം പ്രധാനമായും ഒരു ദിവസം കിട്ടുന്ന ബയോഗ്യാസിന്റെ വ്യാപ്തത്തിലാണ് സൂചിപ്പിക്കുന്നത്. സാധാരണയുള്ള വലിപ്പം 1, 2, 3, 4, 5, 10, 25 ഘനമീറ്ററുകളാണ്. ഗാർഹിക ആവശ്യങ്ങൾക്ക് 1 ഘനമീറ്റർ മതിയാകും. മാധ്യമത്തിന്റെ പിഎച്ച് (pH) മൂല്യം, ജൈവ പാഴ്‌വസ്തുക്കളുടെ പ്രത്യേകത, ഊഷ്മാവ് തുടങ്ങിയവ ഗ്യാസുല്പാദനത്തെ സ്വാധീനിക്കുന്നു. ഫീഡ് വസ്തുക്കൾ ചെറുകഷണങ്ങളാക്കി ഇട്ടാൽ കൂടുതൽ ഫലപ്രദമായി ദഹനപ്രക്രിയ നടക്കും. വലിയ എല്ലിൻ കഷണങ്ങളും നാരങ്ങയും പ്ലാസ്റ്റിക്കുമൊന്നും ഇടരുത്. മീൻമുള്ള്, മീൻകഴുകിയവെള്ളം, ഭക്ഷണാവശിഷ്ടങ്ങൾ, പച്ചക്കറികളുടെ മുറിച്ചുമാറ്റിയ ഭാഗങ്ങൾ മുതലായവയെല്ലാം ഉപയോഗിക്കാം. വലിയ പ്ലാന്റുകളിൽ ഒരു ചെറിയ മോട്ടോർവെച്ച് ജൈവമാലിന്യങ്ങളെ ചെറുകഷണങ്ങളാക്കി ഡൈജസ്റ്ററിലേക്ക് കടത്തി വിടുന്നു. ചില ക്രമീകരണങ്ങളിൽ ഒരു പ്രീഡൈജസ്റ്റർ യൂണിറ്റുകൂടിയു

ണ്ടാകും. ഈ ടാങ്കിലേക്ക് ആദ്യം ഫീഡ് ചെയ്യുന്നു. ഇതിൽ നിന്ന് ഡൈജസ്റ്റർ ടാങ്കിലേക്ക് കടന്നു ബയോമെതനേഷൻ നടക്കുന്നു.

നമ്മുടെ നാട്ടിൽ മുഖ്യമായും മൂന്ന് തരത്തിലുള്ള ബയോഗ്യാസ് പ്ലാന്റുകളാണുള്ളത്. ഒന്ന്, ഫ്ളോട്ടിംഗ് ഡ്രം ടൈപ്പ് (floating drum type). ഇതിൽ ഗ്യാസ്ഹോൾഡർ അഥവാ ടാങ്കിന്റെ മൂടി ഗ്യാസ് ഉണ്ടാകുന്നതിനനുസരിച്ച് മെല്ലെ ഉയരുകയും കുറയുമ്പോൾ താഴുകയും ചെയ്യും. ഡൈജസ്റ്ററിന്റെ മൂടി (താഴികക്കുടം പോലെയുള്ളത്) ഉറപ്പിച്ചു വച്ചിരിക്കുകയാണെങ്കിൽ (കോൺക്രീറ്റ് ഡോം) അതിനെ ഫിക്സഡ് ഡോം ടൈപ്പ് എന്ന് വിളിക്കുന്നു. നഗരസഭകൾ മാർക്കറ്റുകളോട് ചേർന്നും അല്ലാതെയുമുള്ള മാലിന്യസംസ്കരണത്തിന് ഈ പ്ലാന്റാണ് നിർമ്മിച്ചിട്ടുള്ളത്. മറ്റൊന്ന് ബാഗ് ടൈപ്പ് (bag type) ആണ്. ഇത് ഒരു സ്ഥലത്തുനിന്ന് മറ്റൊരിടത്തേക്കുകൊണ്ടുപോകാൻ സൗകര്യമുള്ളതാണ്. ഏകദേശം 40 ലക്ഷത്തോളം ബയോഗ്യാസ് പ്ലാന്റുകൾ

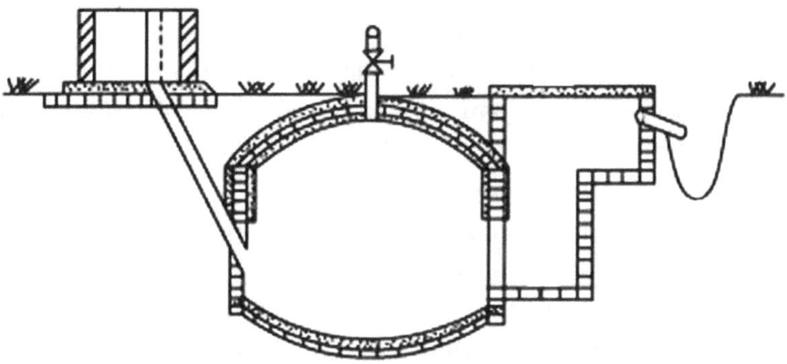

ബയോഗ്യാസ് പ്ലാന്റ് (ഫിക്സഡ് ഡോം ടൈപ്പ്)

പ്രവർത്തിക്കുന്നു. ഇനിയുമൊരു 80 ലക്ഷം പ്ലാന്റുകൾകൂടി സ്ഥാപിക്കാൻ കഴിയുമെന്ന് കണക്കാക്കുന്നു. ചെറുതും വലുതുമായ ആയിരക്കണക്കിനു ബയോഗ്യാസ് പ്ലാന്റുകൾ കേരളത്തിലുടനീളം പ്രവർത്തനസജ്ജമാണ്. പത്തോളം നോഡൽ ഏജൻസികൾ കേരളത്തിൽ ബയോഗ്യാസ് പ്ലാന്റുകൾ സ്ഥാപിക്കാൻ സഹായിക്കുന്നു. കേന്ദ്ര ധനസഹായവും പദ്ധതിക്കുണ്ട്.

നമ്മുടെ രാജ്യത്ത് വൻതോതിൽ ബയോഗ്യാസ് ഉല്പാദിപ്പിക്കുന്ന കേന്ദ്രങ്ങളുണ്ട്. ഉദാഹരണമായി, ലഖ്നൗവിൽ 2004-ൽ പ്രവർത്തനം ആരംഭിച്ച പ്രൊജക്ടിന്റെ സാങ്കേതിക സഹായം ആസ്ട്രിയായിലെ എൻടെക് എൺവിയോൺമെന്റ് ടെക്നോളജി എന്ന സ്ഥാപനത്തിന്റേതാണ്. ഈ യൂണിറ്റിൽ പ്രതിദിനം ലഖ്നൗസിറ്റിയിൽ നിന്നും ശേഖരിക്കുന്ന 500 മുതൽ 600 ടൺ വരെയുള്ള ഖരമാലിന്യങ്ങളെ

യന്ത്രസഹായത്താൽ ബയോമെഥനേഷൻ എന്ന പ്രക്രിയനടത്തി 50,000 ഘനമീറ്റർ ബയോഗ്യാസും 75 ടൺ ജൈവവളവും ഉല്പാദിപ്പിക്കുന്നു. പൂർണ്ണമായും ബയോഗ്യാസിൽ പ്രവർത്തിക്കുന്ന 5 ജനറേറ്ററിൽ കൊടുത്ത് 5 മെഗാവാട്ട് വൈദ്യുതി ഉല്പാദിപ്പിക്കുന്നു. ഏകദേശം 75 കോടി രൂപയാണ് ചെലവായത്. കൊച്ചിയിൽ ഏതാണ്ട് 380 ടൺ ജൈവമാലിന്യങ്ങൾ ഉണ്ടാകുന്നു. മാലിന്യങ്ങൾ ഉണ്ടാകുന്ന സ്ഥലങ്ങളിൽ വൻമുതൽമുടക്കില്ലാതെ ചെറിയയൂണിറ്റുകൾ വഴി ബയോഗ്യാസും വൈദ്യുതിയും വളവും ഉല്പാദിപ്പിക്കാം.

ബയോഗ്യാസിന്റെ മേന്മകൾ

* മലിനീകരണമുണ്ടാക്കാത്തതും പുതുക്കപ്പെടുന്നതുമായ ഊർജ്ജസ്രോതസ്.
* ഗ്രാമങ്ങളിൽ സത്രീകൾക്കും കുട്ടികൾക്കും വിറക് തേടി പോകാതെയും പുകകൊള്ളാതെയും പാചകം ചെയ്യാം. പാത്രങ്ങൾ മെഴുക്കാനും എളുപ്പമാണ്.
* നൈട്രജൻസമ്പന്നമായ ജൈവവളം കിട്ടുന്നു.
* അത്യാവശ്യം ഗ്യാസ് വിളക്കുകളും സി എഫ് എല്ലും (CFL) തെളിക്കാം.
* വികേന്ദ്രീകൃത വൈദ്യുതിഉല്പാദനം.
* കുറേ പേർക്ക് തൊഴിലവസരം ലഭിക്കുന്നു.
* നഗരങ്ങളിൽ മൂക്കുപൊത്താതെ ജനത്തിന് നടക്കാം. ജൈവപാഴ്‌വസ്തുക്കളുടെ മലിനീകരണം തടഞ്ഞ് വൈദ്യുതിയും ബയോഗ്യാസും വളവും ഉല്പാദിപ്പിക്കുന്നു. ജനവാസം ഇല്ലാത്ത സ്ഥലങ്ങളിൽ വച്ചായാൽ പോലും തുറന്ന സ്ഥലത്ത് മാലിന്യങ്ങൾ അഴുകാൻ അനുവദിച്ചാൽ വൻതോതിൽ മീഥേനും കാർബൺ ഡൈ ഓക്സൈഡും ഉണ്ടാകും. ഈ ഗ്രീൻഹൗസ് ഗ്യാസുകൾ (GHGs) അന്തരീക്ഷത്തിൽ എത്തി ആഗോളതപനത്തെ വേഗത്തിലാക്കും. മറിച്ച് ബയോഗ്യാസ് ആക്കിയാൽ പ്രയോജനപ്രദമായ വിനിയോഗം നടക്കും.

ചില പ്രശ്നങ്ങൾ

ഊർജ്ജം തേടിയുള്ള യാത്രകൾ സുസ്ഥിര വികസന (sustainable development) ത്തെ പ്രതികൂലമായി ബാധിക്കരുത്. സുസ്ഥിര വികസനംകൊണ്ട് ഉദ്ദേശിക്കുന്നതിതാണ്. ജീവിതം നിലനിർത്താനും സുഖകരമാക്കാനും പ്രകൃതിയിൽ നാം വരുത്തുന്ന ഇടപെടലുകൾ ഒരു വിധത്തിലും വരുംതലമറയ്ക്ക് ദോഷമായി വരില്ലെന്ന് ഉറപ്പാക്കിയുള്ള വികസനരീതി. ഉദാഹരണമായി നാം ഫോസ്സിൽ ഇന്ധനങ്ങൾ ഉപയോഗിക്കുന്ന വാഹനങ്ങൾ കൂടുതൽ നിർമ്മിക്കുകയും ഉപ

യോഗിക്കുകയും ചെയ്യുന്നുവെന്നു കരുതുക. തീർച്ചയായും ഇതുമൂലം ആരോഗ്യകരമല്ലാത്ത അന്തരീക്ഷം വരുംതലമുറയ്ക്ക് അഭിമുഖീകരിക്കേണ്ടിവരും. ഇന്ധനങ്ങൾ അമിതമായി ഉപയോഗിച്ചതുകൊണ്ട് പ്രകൃതിസമ്പത്തിൽ ഗണ്യമായ കുറവുണ്ടാകും, ഇത് സുസ്ഥിരവികസനമല്ല. പ്രകൃതിക്ക് ഏറെ ദോഷം വരാത്തവിധം കരുതലോടെ, കഴിയുന്നതും പുതുക്കപ്പെടുന്ന ഊർജ്ജസ്രോതസ്സുകൾ ഉപയോഗിക്കുന്നതാണ് അഭികാമ്യം.

ബയോഗ്യാസ് പ്ലാന്റുകൾ പൂർണ്ണമായും മലിനീകരണ മുക്തമല്ല. എങ്കിലും മാലിന്യ സംസ്കരണത്തിൽ ഒരു കുതിച്ചു ചാട്ടമാണ്; ഊർജ്ജവും കിട്ടും. മാലിന്യങ്ങൾ അലക്ഷ്യമായി വലിച്ചെറിഞ്ഞാൽ അത് ജീർണ്ണിച്ച് മീഥേനും കാർബൺ ഡൈ ഓക്സൈഡും അന്തരീക്ഷത്തിൽ പ്രവേശിക്കും. ഇതിനു പരിഹാരമാണ് ബയോഗ്യാസ് പ്ലാന്റ്. ബയോഗ്യാസ് പ്ലാന്റിന്റെ വശങ്ങളിൽ നിന്നും ചോർച്ചയുണ്ടാകാം. വാതകം യഥാസമയം ഉപയോഗിക്കാതിരുന്നാൽ തുറന്ന് വിടേണ്ടിവരും. ഇത്തരം സാഹചര്യങ്ങൾ ഒഴിവാക്കണം. ടാങ്കിൽ മീഥേനും കാർബൺ ഡൈ ഓക്സൈഡും ശേഖരിച്ചിരിക്കുന്നതുകൊണ്ട് ഗ്രീൻഹൗസ് ഇഫക്ട് ഉണ്ടാകുന്നു. ബയോഗ്യാസ് ഉല്പാദനത്തിന് അല്പം ഉയർന്ന ഊഷ്മാവ് അതായത് 30–40 ഡിഗ്രി അല്ലെങ്കിൽ 55–65 ഡിഗ്രി ആവശ്യമാണ്. ഉയർന്ന ഊഷ്മാവ് നിലനിർത്തുവാനും ഗ്രീൻഹൗസ് ഇഫക്ട് ഒഴിവാക്കാനുമുള്ള രൂപകല്പന വേണം. ഇത് കൂടുതൽ പഠനം അർഹിക്കുന്നു. ജൈവപാഴ്വസ്തുക്കൾ നിക്ഷേപിക്കുന്നതിലെ വ്യത്യാസം മൂലം ചിലപ്പോൾ ദഹനപ്രക്രിയ അപൂർണ്ണമാകാനും അത് കാരണം വിഷാംശമുള്ള സ്ലറി രൂപം കൊള്ളാനും സാധ്യതയുണ്ട്. ഫ്ളോട്ടിംഗ് ടൈപ്പിൽ, ഗ്യാസ്ഹോൾഡർ നീങ്ങാതിരുന്നാലും ചിലപ്പോൾ പ്രശ്നമുണ്ടാകാറുണ്ട്. ബയോഗ്യാസിലെ ചില ഘടകവാതകങ്ങൾ ജനറേറ്ററിനെ ബാധിക്കാതിരിക്കാനുള്ള വഴികൾ പഠനഗവേഷണങ്ങളിൽ ഉരുത്തിരിഞ്ഞുവരണം, വരും.

കേരളവും മാലിന്യവും ബയോഗ്യാസും

നമ്മൾ കൃത്യമായി ശരീരശുദ്ധി വരുത്തുകയും വെടിപ്പുള്ള വസ്ത്രങ്ങൾ ധരിക്കുകുകയും ചെയ്യുന്നവരാണ്. ഇക്കാര്യത്തിൽ നമ്മൾ പലനാട്ടുകാരെയും അപേക്ഷിച്ച് ഒരുപടി മുന്നിലാണ്. എന്നിരുന്നാലും പൊതുസ്ഥലങ്ങളിലൂടെ മനുഷ്യർ പ്രാണായാമം ചെയ്തുകൊണ്ടു വേണം നടക്കാൻ. റോഡിലെ മിക്കഭാഗങ്ങളിലും വച്ച് ശ്വാസം കഴിക്കുക ദുഃസ്സഹമാണ്. എല്ലാവരും കഴിയുന്നതും മഴവെള്ളവും മാലിന്യങ്ങളും റോഡിലേക്കും പൊതു സ്ഥലങ്ങളിലേക്കും തന്റേടത്തോടെ ഒഴുക്കി വിടുന്നു/നിക്ഷേപിക്കുന്നു. വീട്ടിലിരുന്നു മാത്രം ജീവിക്കാൻ കഴിയില്ലല്ലോ. അതുകൊണ്ട് വീടിന് പുറത്ത് എല്ലാവരും മൂക്കുപൊത്തി അമർഷത്തോടെ കടന്നുപോകുന്നു. തദ്ദേശസ്വയം

ഭരണ സ്ഥാപനങ്ങളെ കൃത്യവിലോപത്തിനു കുറ്റപ്പെടുത്തുകയോ പരിതപിക്കുകയോ ചെയ്യുന്നു. നഗരങ്ങൾ നരകതുല്യമെന്നത് വാർത്ത യല്ലാതായി. എന്താണ് പരിഹാരം? ഗ്രാമങ്ങളിൽ ജനസാന്ദ്രത കുറ വാണ്. അവിടെ പുതുക്കപ്പെടാവുന്ന ഊർജ്ജസ്രോതസ്സായി, ബയോ ഗ്യാസ്പ്ലാന്റിനെ കണക്കാക്കാം. എന്നാൽ നഗരങ്ങളിൽ മാലിന്യ നിർമ്മാർജ്ജനത്തിനാണ് പ്രാമുഖ്യം.

നഗരങ്ങളിൽ മാലിന്യങ്ങൾ ഉണ്ടാകുന്നതെന്തുകൊണ്ട്? ജൈവ പാഴ്വസ്തുക്കൾ അതായത് ഭക്ഷണാവശിഷ്ടം, മത്സ്യമാംസാദികൾ കഴുകുന്നവെള്ളം, പഴത്തൊലി, കഞ്ഞിവെള്ളം, പച്ചക്കറിഅവ ശിഷ്ടങ്ങൾ തുടങ്ങിയവ. ഇവ പൊതുസ്ഥലങ്ങളിൽ നിക്ഷേപിച്ചാൽ ജലാംശമുള്ളതുകൊണ്ട് ബാക്ടീരിയായുടെ പ്രവർത്തനഫലമായി ചീഞ്ഞുനാറി, കാർബൺ ഡൈ ഓക്സൈഡും അതിന്റെ 21 ഇരട്ടി, ഗ്രീൻഹൗസ് ഇഫക്ട് ഉണ്ടാക്കാൻ കഴിയുന്ന മീഥേനുമായി മാറുന്നു. ജൈവവസ്തുക്കളുടെ ദഹനപ്രക്രിയ പൂർത്തിയാകാത്തതിനാൽ വിഷാംശമുള്ള മാലിന്യങ്ങളും ദുർഗന്ധമുള്ള വാതകങ്ങളും, ആഗോ ളതപനത്തിന് ആക്കം കൂട്ടുന്നു. ഈ സാഹചര്യത്തിലാണ് ബയോ ഗ്യാസ് പ്ലാന്റിന്റെ പ്രസക്തി. മൃഗവിസർജ്ജ്യങ്ങൾ മുഖ്യമായും ചാണകം, ഓക്സിജന്റെ അസാന്നിദ്ധ്യത്തിൽ ദഹനപ്രക്രിയ നടത്തി യാണ് നാം ഗ്യാസ് ഉല്പാദിപ്പിച്ചിരുന്നത്. എന്നാൽ ജൈവപാഴ്വസ്തു ക്കളിലും ഇത് ഫലപ്രദമായി നടപ്പാക്കാമെന്നതിന് പ്രത്യക്ഷത്തിലുള്ള തെളിവാണ് ആയിരക്കണക്കിനുള്ള ബയോഗ്യാസ്പ്ലാന്റുകൾ. അങ്ങനെ ജൈവപാഴ്വസ്തുക്കൾ പ്ലാസ്റ്റിക് കവറിൽ പിടിച്ചുകൊണ്ട് പോയി ദൂരെ എറിയാതെ വീട്ടിൽതന്നെ ഉപയോഗിച്ച് അതിനെ മാലിന്യമാ ക്കാതെ വളമാക്കി, കൂടെ കിട്ടുന്ന ബയോഗ്യാസ് ഉപയോഗിച്ചാൽ പാച കവാതകബില്ലിന്റെ പകുതിയിലേറെ ലാഭിക്കാം. കേരളത്തിൽ പത്തോളം ഏജൻസികൾ ബയോഗ്യാസ് പ്ലാന്റുകൾ സ്ഥാപിക്കാൻ സഹായിക്കുന്നു. ഗാർഹികബയോഗ്യാസ് പ്ലാന്റിന് ഏകദേശം 8000 രൂപ ചിലവ് വരും. അതിൽ 3500 രൂപയോളം കേന്ദ്രസബ്സിഡിയുമു ണ്ട്. ഇത്തരമൊരു പദ്ധതിയുടെ പ്രാധാന്യം മൂക്കുപൊത്താതെ സഞ്ച രിക്കാൻ കഴിയും എന്നുള്ളതാണ്. ലോക നിലവാരമുള്ള ആരോഗ്യ നിലയിലാണ് നമ്മളെന്നു കരുതിയിരുന്ന ഒരു കാലമുണ്ടായിരുന്നു. ഇപ്പോൾ പനിപിടിച്ചും കൊതുക് കടികൊണ്ടും ഏറ്റവുമധികം ജീവൻ നഷ്ടപ്പെടുന്ന പരിസ്ഥിതിയുള്ള നാടായി നമ്മുടേതെന്ന് മറ്റുള്ളവർ പറയുന്നു.

അങ്ങനെ ഊർജ്ജസ്രോതസ്സ് എന്ന നിലയിൽ മാത്രമല്ല ജൈവ പാഴ്വസ്തുക്കൾ ഉപയോഗപ്പെടുത്താവുന്നത്. മാലിന്യങ്ങളായി മാറാൻ അനുവദിക്കാതെ അവയെ ജൈവവളവും ബയോഗ്യാസ് ഇന്ധ നവുമാക്കി മാറ്റി ജീവിതച്ചെലവ് കുറയ്ക്കുക എന്നത് ആരോഗ്യപര മായ പരിസ്ഥിതിയിലുള്ള നഗരജീവിതത്തിന് അത്യാവശ്യമാണ്.

ബയോമാസ്സ് (Biomass)

"വെയ് രാജാ വെയ്
ഒന്നു വെച്ചാൽ രണ്ട്,
വെയ് രാജാ വെയ്...."
(മോഹിപ്പിക്കുന്ന വിളി)

"മുക്കുറ്റി തിരുതാളി കാടും പടലും
പറിച്ചുകെട്ടി ത്താ കെട്ടിത്താ കെട്ടിത്താ
പറിച്ചുകെട്ടിത്താ"
(ഒരുന്മാദം)

തവിട് തോട് തൊണ്ട് കച്ചി
കരിമ്പിൻ ചണ്ടി ചാണകം
ചിരട്ട പിന്നെ കാടും പടലും
പാഴ്ചെടിയും

ഭാരതത്തിൽ പ്രതിവർഷം 500 ദശലക്ഷം ബയോമാസ്സ് കാർഷിക -വ്യാവസായിക മേഖലകളിൽ നിന്നും ലഭിക്കുന്നു. അടിസ്ഥാന ഊർജ്ജാവശ്യങ്ങളിൽ 30% ഇതുകൊണ്ട് നടത്താം. 70% ജനങ്ങളും ഇതിനെ ആശ്രയിക്കുന്നു. ശ്രമിച്ചാൽ 70,000 മെഗാവാട്ട് വൈദ്യുതിയും ഇതിൽ നിന്നും ഉല്പാദിപ്പിക്കാം. ആഗോളതലത്തിൽ ഏകദേശം 11% ഊർജ്ജം ബയോമാസ്സിൽ നിന്നാണ് നേടുന്നത്.

നൂറ്റാണ്ടുകൾക്ക് മുമ്പ്തന്നെ മനുഷ്യൻ ജൈവപദാർത്ഥങ്ങൾ (biomass) കത്തിച്ച് തണുപ്പകറ്റാനും കാട്ടുകിഴങ്ങുകളും വേട്ടയിറച്ചിയും ചുട്ടുതിന്നാനും ശീലിച്ചിരുന്നു. ഇന്നിത് വൈദ്യുത ഹീറ്ററും മൈക്രോവേവ് ഓവനും ഉപയോഗിച്ച് മനുഷ്യൻ ചെയ്യുന്നു. കറണ്ട് വേണമെന്ന് മാത്രം. അതേ ബയോമാസ്സിൽ നിന്ന് അതിനുള്ള വൈദ്യുതി ഉല്പാദിപ്പിക്കാം. ഏകദേശം 70% ഭാരതീയരും അവരുടെ അടിസ്ഥാന ഊർജ്ജ ആവശ്യങ്ങൾക്കായി ബയോമാസ്സിനെ ആശ്രയിക്കുന്നു. അതായത് ഗ്രാമീണർ ഇന്നും ഇതിനെ മാത്രം ആശ്രയിക്കുന്നു. ഇന്ത്യയെന്നാൽ ജനാധിപത്യപരമായി ഗ്രാമങ്ങളാണ്. എഴുത്തും വായനയും ഏറെ അറിയുന്നവർ കാണുന്ന ഭാരതമല്ല. ടി.വി. യിൽ കാണുന്നതുമല്ല. വേണ്ടിടത്തോളം കുടിവെള്ളമില്ല, കറണ്ടില്ല, പള്ളിക്കൂടങ്ങളില്ല. ആശുപത്രികളില്ല. ഇതൊന്നും വാർത്തകളല്ലാതായിരിക്കുന്നു. ഗ്രാമങ്ങളിൽ ഏറെ വീടുകളും ചാണകം മെഴുകിയ തറയുള്ളതും, കച്ചിയോ പുല്ലോ മേഞ്ഞതും ആകുന്നു. ചാണകം വളമായും ഉണങ്ങിയ ചാണകക്കട്ടകൾ അടുപ്പിലെരിക്കാനും ഉപയോഗിക്കുന്നു. അങ്ങനെ ബയോമാസ്സ് ഗാർഹികാവശ്യങ്ങളുടെ അനിവാര്യതയായി.

പക്ഷേ ആനുകാലികമായി ഈ കാഴ്ചപ്പാട് മാറിമറിഞ്ഞിരിക്കുന്നു. ഇവിടെ ചിരട്ട കത്തിച്ച് കരിയെടുത്ത് ഇസ്തിരിയിൽ ഇട്ട് ഉടുപ്പ്

തേയ്ക്കാറുണ്ട്. എന്നാൽ കോയമ്പത്തൂരിൽ ചിരട്ട കത്തിച്ച് മെഗാവാട്ട് അളവിൽ വൈദ്യുതി ഉണ്ടാക്കുന്നു. ബയോമാസ്സ് ഒരു വൻകിട ഊർജ്ജസ്രോതസ്സായി ഉപയോഗിക്കുന്നതിനെക്കുറിച്ചാണ് നമ്മൾ മനസ്സിലാക്കാൻ ശ്രമിക്കുന്നത്.

ബയോമാസ്സ് മുഖ്യമായും ഇന്ധനമായി ഉപയോഗിക്കുന്നത് പഞ്ചസാരമില്ലുകളിലാണ്. ഏതാണ്ട് അഞ്ചിലൊന്ന് (100 എണ്ണം) മില്ലുകളിൽ നടപ്പിലാക്കിക്കഴിഞ്ഞു. ഇവിടെ കരിമ്പിൻ ചണ്ടി (bagasse)യാണ് ബയോമാസ്സ്. കരിമ്പിൻനീര് വേർതിരിച്ച ശേഷം കിട്ടുന്നതാണ് ഇത്. പഞ്ചസാര മില്ലുകളിൽ മുഖ്യമായി വേണ്ടത് നീരാവിയും വൈദ്യുതിയുമാണ്. ഒരിന്ധനമുപയോഗിച്ച് രണ്ട് ഊർജ്ജരൂപങ്ങൾ ഒരേ സമയം ഉല്പാദിപ്പിക്കുന്നതിനെ സഹഉല്പാദനം എന്നു വിളിക്കാം. ഇവിടെ ബയോമാസ്സ് കത്തിച്ച് അതിതപ്തമായ നീരാവിയും അതുപയോഗിച്ച് ജനറേറ്റർ പ്രവർത്തിപ്പിച്ച് വൈദ്യുതിയും ഉല്പാദിപ്പിക്കുന്നു. സാധാരണയായി നീരാവി ഉപയോഗിച്ച് ജനറേറ്റർ പ്രവർത്തിക്കുമ്പോൾ ഏകദേശം 70% താപവും വെറുതെ അന്തരീക്ഷത്തിലേക്ക് തള്ളിവിടുന്നു. ഇതൊരു വൻ നഷ്ടമാണ്. എന്നാൽ പഞ്ചസാരമില്ലുകളിൽ മിക്ക പ്രക്രിയകൾക്കും നീരാവി ആവശ്യമുണ്ട്. ഈ നീരാവി അതിനായി ഉപയോഗിക്കാം. അങ്ങനെ നീരാവിയിൽ അടങ്ങിയ താപോർജ്ജം മില്ലിലെ രാസ പ്രക്രിയകൾക്കും പിന്നെ വൈദ്യുതി ഉല്പാദിപ്പിക്കാനും പ്രയോജനപ്പെടുന്നു. ബയോമാസ്സ് ബോയിലറിൽ കത്തിച്ച് നീരാവിയുണ്ടാക്കി അത് ഉപയോഗിച്ച് വൈദ്യുത ജനറേറ്ററിലെ ആർമേച്ചർ കറക്കുകയും വൈദ്യുതി ഉല്പാദിപ്പിക്കുകയും ചെയ്യുന്നു. അതിതപ്ത നീരാവി ഉന്നത മർദ്ദത്തിലാണെങ്കിൽ വൈദ്യുതി ഉല്പാദനക്ഷമത കൂടുന്നതായിരിക്കും. വിറക് ഉപയോഗിക്കുന്നവർക്ക് മഴക്കാലത്ത് വലിയ ബുദ്ധിമുട്ടാണ്. നനഞ്ഞ വിറക് അടുപ്പിൽ എരിയാൻ പ്രയാസമാണ്. ആ അവസരത്തിൽ ഉണങ്ങിയ ഒന്ന് രണ്ട് കൊള്ളികൾ അടുപ്പിൽവെച്ചിട്ട് നനഞ്ഞ വിറകുകൾ അടുപ്പിന്റെ വശങ്ങളിൽ അടുക്കിവെയ്ക്കും. കുറേ കഴിയുമ്പോൾ കൂടുതൽ ഉണങ്ങിയ വിറക് അഥവാ കൂടുതൽ ഇന്ധനം റെഡി. കൽപ്പാക്കത്തുള്ള ബ്രീഡർ ന്യൂക്ലിയർ റിയാക്ടറിലും ഇതുപോലെ അവസാനം കൂടുതൽ ന്യൂക്ലിയർ ഇന്ധനം കിട്ടുന്നു. ഒന്നുവെച്ചാൽ രണ്ടുകിട്ടുമെന്ന് ചൂതുകളിക്കാർ വിളിച്ചു പറയുന്നതുപോലെ ബയോമാസ്സ് ഉപയോഗിക്കുമ്പോൾ മില്ലിൽ ആവശ്യം വരുന്ന വൈദ്യുതിയേക്കാളേറെ ഉല്പാദിപ്പിക്കുകയും, ഈ മിച്ചം വൈദ്യുതി വില്ക്കുകയും ചെയ്യുന്നു. അങ്ങനെ കരിമ്പിൻ ചണ്ടി അല്ലെങ്കിൽ ചിരട്ട, കാട്ടുചെടികൾ, തൊണ്ട്, തോടുകൾ പോലുള്ള ബയോമാസ്സ് ബോയിലറിൽ കത്തിച്ച് നീരാവി വ്യവസായ ആവശ്യത്തിനും ജനറേറ്റർ കറക്കി കറണ്ടുണ്ടാക്കാനും ഉപയോഗിക്കുന്നു. ഇതിനെയാണ് സഹഉല്പാദനം (cogeneration) എന്നു വിളിക്കുക. ഇതിനാവശ്യമായ ബോയിലർ, ജനറേറ്റർ, കൺട്രോൾ വ്യൂഹം എന്നിവ

നമ്മുടെ രാജ്യത്തുതന്നെ ലഭ്യമാണ്. അതുകൊണ്ട് വളരെ വിദഗ്ധ മായ രീതിയിൽ ഏറെ ചെലവില്ലാതെ നടപ്പാക്കാൻ കഴിയുന്നു. കാർഷിക-വ്യവസായിക രംഗങ്ങളിൽ നിന്നും 500 ദശലക്ഷം ടൺ ബയോ മാസ് ലഭിക്കുന്നു. ഭംഗിയായി ആസൂത്രണം ചെയ്ത് നടപ്പിലാക്കിയാൽ ഏതാണ്ട് 70,000 മെഗാവാട്ട് വൈദ്യുതി ഉല്പാദിപ്പിക്കാൻ കഴിയും.

ബയോമാസ് ബോയിലറിൽ പൂർണ്ണമായും കത്തിക്കാതെ, ആവശ്യത്തിൽ കുറച്ച് വായു കടത്തിവിട്ട് ഖര ബയോമാസ്സിനെ പ്രൊഡ്യൂസർ ഗ്യാസാക്കി മാറ്റാം. പ്രൊഡ്യൂസർ ഗ്യാസ് നല്ല ഇന്ധനമാണ്. ആന്തരദഹന എഞ്ചിനുകളിലും, ഫർണസ് ഓയിൽ വേണ്ടുന്നിടത്തെല്ലാം ഉപയോഗിക്കാവുന്നതാണ്. ബയോഗ്യാസിനെ പ്രൊഡ്യൂസർ ഗ്യാസ് ആക്കി മാറ്റുന്ന താപരാസമാറ്റത്തെ ബയോമാസ്സ് ഗ്യാസിഫിക്കേഷൻ എന്നു വിളിക്കുന്നു. ബാംഗ്ലൂരിലെ ഇന്ത്യൻ ഇൻസ്റ്റിറ്റ്യൂട്ട് ഓഫ് സയൻസ് ഗ്യാസിഫിയർ യന്ത്രം വികസിപ്പിച്ചെടുത്തിട്ടുണ്ട്. ബയോമാസ്സിനെ വാതകമാക്കി മാറ്റാനുള്ള ഒരു പ്രചോദനം എഞ്ചിനുകളിലും ജനറേറ്ററുകളിലും ഡീസലിനോട് ചേർത്തുപയോഗിക്കാം എന്നുള്ളതാണ്. ചിലപ്പോൾ 60% മുതൽ 80% വരെ ഗ്യാസ് ഉപയോഗിക്കാം. ബാക്കി ഡീസലും. പ്രത്യേകിച്ചും ഡീസൽ ജനറേറ്ററുകളിൽ.

മുഖ്യമായും തടിക്കഷണങ്ങളും തവിടും മറ്റുമാണ് വ്യാപകമായി ഗാസിഫിക്കേഷന് ഉപയോഗിക്കുക. Producer gas കൂടുതലായി ഉപയോഗിക്കുന്നത് ചെറിയ ബോയിലറുകൾ, ചൂളകൾ, ഹോട്ട് എയർ ജനറേറ്ററുകൾ, ഡ്രൈയേസ് തുടങ്ങിയവയിലാണ്. ശുദ്ധ പ്രൊഡ്യൂസർ ഗ്യാസ് ജനറേറ്റർ പ്രവർത്തിപ്പിച്ച് വൈദ്യുതി ഉല്പാദിപ്പിക്കുന്നതിനും ഉപയോഗിക്കുന്നു. കോയമ്പത്തൂരിൽ 1 മെഗാവാട്ട് വൈദ്യുതി ബയോമാസ്സ് ഗ്യാസിഫയർ വഴി ഉല്പാദിപ്പിക്കുന്നു. അവിടെ ചിരട്ടയും തടിക്കഷണങ്ങളും ഉപയോഗിച്ചാണ് ഗ്യാസിഫിക്കേഷൻ നടത്തുന്നത്. രാജ്യത്തിന്റെ വിവിധ ഭാഗങ്ങളിൽ ഇത്തരം പ്ലാന്റുകൾ പ്രവർത്തിക്കുന്നു.

ബയോവേസ്റ്റ്

വികസിത രാജ്യങ്ങളിലെ പാഴ്വസ്തുക്കൾ പ്രത്യേകിച്ച് ന്യൂക്ലിയർ വേസ്റ്റ്, ഇ-വേസ്റ്റ് മുതലായവ മൂന്നാം ലോകരാജ്യങ്ങളിലേക്ക് തള്ളിവിടുന്നു. നഗരങ്ങളിൽ നിന്നും ഗ്രാമങ്ങളിലേക്ക്; സമ്പന്നരുടെ ഭവനങ്ങളിൽ നിന്നും പാവപ്പെട്ടവർ താമസിക്കുന്ന പ്രദേശങ്ങളിലേക്ക്; നഗരങ്ങളിൽ നിന്ന് വലിയ കെട്ടിടങ്ങളില്ലാത്ത സ്ഥലങ്ങളിലേക്ക് അങ്ങനെ മാലിന്യപ്രവാഹത്തിന് ഒരു ദിശയുണ്ടെന്ന് തോന്നുന്നു. മാലിന്യങ്ങൾ ഏറ്റുവാങ്ങാൻ പോരുന്നതാണോ ഗൂഡല്ലൂർ, കമ്പം, ഗുണ്ടുൽ പേട്ട്, വടവുകോട്, പുത്തൻകുരിശ്, പച്ചാളം തുടങ്ങിയ സ്ഥലങ്ങൾ?

പാഴ്‌വസ്തുക്കൾ മുഖ്യമായും രണ്ടുതരം ഉണ്ട്. ജൈവ പാഴ്‌വസ്തുക്കളും അജൈവപാഴ്‌വസ്തുക്കളും. ഏകദേശം മുക്കാൽഭാഗവും ജൈവപാഴ്‌വസ്തുക്കളാണ്. നഗരങ്ങളിൽ ശേഖരിച്ച് സംസ്കരിക്കുന്നത് മുനിസിപ്പൽ ഖരപാഴ്‌വസ്തുക്കളാണ് (Municipal solid waste) മാലിന്യ നിർമ്മാർജ്ജനത്തിന്റെ നിയമ–സാമൂഹിക വശങ്ങളിലേക്ക് കൂടുതൽ കടക്കുന്നില്ല, മറിച്ച്, ജൈവ പാഴ്‌വസ്തുക്കൾ പാഴല്ല, ഊർജ്ജസ്രോതസ്സാണെന്ന് തിരിച്ചറിയാനാണ് ശ്രമം.

എന്താണ് ജൈവ പാഴ്‌വസ്തുക്കൾ ?

ഭക്ഷണാവശിഷ്ടങ്ങൾ, കന്നുകാലി വിസർജ്ജ്യങ്ങൾ, ഉപയോഗരഹിതമായ പച്ചക്കറി, പാഴായ പാൽ, പഴങ്ങൾ, മുട്ടകൾ, മത്സ്യമാംസാദികളുടെ അവശിഷ്ടങ്ങൾ, മത്സ്യ–മാംസാദികൾ കഴുകിയ വെള്ളം കശാപ്പുശാലകളിൽ നിന്നും ലഭിക്കുന്ന മൃഗാവശിഷ്ടങ്ങൾ, കോഴിയുടെ അവശിഷ്ടങ്ങൾ ഇതുകൂടാതെ വൻകിട വ്യവസായശാലകൾ പുറംതള്ളുന്ന പദാർത്ഥങ്ങൾ ഉദാഹരണമായി, പഞ്ചസാര മില്ലുകളിൽ നിന്നുലഭിക്കുന്ന കരിമ്പിൻ ചണ്ടി, വിദേശ മദ്യനിർമ്മാണശാലകൾ, പേപ്പർ മില്ലുകൾ എന്നീ വ്യവസായങ്ങൾ പുറംതള്ളുന്ന ജൈവാവശിഷ്ടങ്ങൾ ഒക്കെത്തന്നെ ബയോവേസ്റ്റ് ആണ്. ലഖ്നൗവിൽ ജൈവ മാലിന്യങ്ങളിൽ നിന്ന് വൈദ്യുതി ഉല്പാദിപ്പിക്കുന്നതിനെക്കുറിച്ച് നേരത്തേ സൂചിപ്പിച്ചിരുന്നു. ജൈവപാഴ്‌വസ്തുക്കളെ നേരിട്ട് കംപോസ്റ്റാക്കി കൃഷിക്ക് ഉപയോഗിക്കാം.

നഗരങ്ങളിൽ നിറയുന്ന ജൈവ മാലിന്യങ്ങളെ അതായത് മുനിസിപ്പൽ ഖരവേസ്റ്റിനെ ശേഖരിച്ച് സംസ്കരിക്കുന്നതിലും നല്ലത്, മാലിന്യം ഉല്പാദിപ്പിക്കപ്പെടുന്ന നഗറുകളിൽ തന്നെ, ബയോഗ്യാസ് പ്ലാന്റ് പ്രവർത്തിപ്പിക്കാൻ ചെറിയ ഏജൻസികൾ തുടങ്ങാവുന്നതാണ്. നഗറുകളെ കേന്ദ്രീകരിച്ച് ഇത് നിർവഹിക്കാം. ജൈവ, ജൈവേതര മാലിന്യങ്ങളെ വേർതിരിച്ച് റീസൈക്കിൾ ചെയ്യാൻ കഴിയും. ലഖ്നൗ, ഹൈദ്രാബാദ്, നാസിക്, ചെന്നൈ തുടങ്ങി പല സ്ഥലങ്ങളിലും വൻതോതിൽ ഈ മാലിന്യങ്ങളെ സംസ്കരിച്ച് വൈദ്യുതോർജ്ജം ഉല്പാദിപ്പിക്കുന്നു. എന്നിരുന്നാലും അജൈവ പാഴ്‌വസ്തുക്കളുടെ സ്വന്തം നാടായി മാറുകയാണ് ദൈവത്തിന്റെ സ്വന്തം നാട്. പ്ലാസ്റ്റിക്, സിഡി, കമ്പ്യൂട്ടറിന്റെ ഭാഗങ്ങൾ, ബൊക്കെ മുതൽ പാൽവരെ പ്ലാസ്റ്റിക് കവറുകളിലാണ് തരുന്നത്. ബയോവേസ്റ്റിനെ വേർതിരിച്ച് ശേഖരിച്ചാൽ വൈദ്യുതചൂളയിൽ തപിപ്പിച്ച് സംസ്കരിക്കാവുന്നതാണ്. ഇതിലെ താപമുപയോഗിച്ച് നീരാവിയും പിന്നീട് വൈദ്യുതിയും ഉല്പാദിപ്പിക്കാം. വികേന്ദ്രീകരണ രീതിയിൽ, അതായത് മാലിന്യങ്ങൾ ഉണ്ടാകുന്ന ചെറിയ പ്രദേശത്തുതന്നെ ബയോഗ്യാസോ ജനറേറ്ററോ പ്രവർത്തിപ്പിക്കാവുന്നതാണ്.

ഗ്യാസഹോൾ

പെട്രോളിയം ഉല്പന്നങ്ങളിലുണ്ടാകുന്ന നേരിയ വിലവർദ്ധനവു പോലും നാട്ടിലെ നിത്യോപയോഗ സാധനങ്ങൾക്ക് വിലക്കയറ്റം ഉണ്ടാക്കാറുണ്ട്. കഴിഞ്ഞ മൂന്നു സാമ്പത്തിക വർഷങ്ങളിൽ (2004 – 05 തുടങ്ങി) യഥാക്രമം ഒരു ലക്ഷം, ഒന്നരലക്ഷം, രണ്ട് ലക്ഷം കോടി രൂപയാണ് ഇന്ത്യ പെട്രോളിയം ഇറക്കുമതിക്കായി ചെലവാക്കിയത്. അതുകൊണ്ടുതന്നെ വെറും 5% എഥനോളോ ബയോഡീസലോ നിലവിലുള്ള പെട്രോളിയം ഇന്ധനങ്ങളിൽ ചേർക്കാൻ കഴിഞ്ഞാൽ ഗണ്യമായ തുക വിദേശനാണ്യത്തിൽ മിച്ചമുണ്ടാകും. നാട്ടിൽ ലഭ്യമായ വില തീരെ കുറവുള്ള ജൈവസമ്പത്തുപയോഗിച്ച് ലഭിക്കുന്ന എഥനോളോ ബയോഡീസലോ ആകുമ്പോൾ ഇത് യാഥാർത്ഥ്യമായി കഴിഞ്ഞു. പച്ചിലയിൽ നിന്ന് പെട്രോൾ അഥവാ 'രാമർ പെട്രോൾ' ഒരുകാലത്ത് വാർത്താ മാധ്യമങ്ങളിൽ നിറഞ്ഞുനിന്നിരുന്നു.

നേർപ്പിക്കാത്ത ചാരായം അഥവാ എഥനോൾ ശാസ്ത്രത്തിൽ ഈഥൈൽ ആൽക്കഹോൾ എന്നാണ് അറിയപ്പെടുന്നത്. ജൈവപദാർത്ഥങ്ങളായ ധാന്യങ്ങൾ, പൂക്കൾ, പഴങ്ങൾ, കിഴങ്ങുകൾ, കരിമ്പ് തുടങ്ങിയവയിൽ നിന്ന് വേർതിരിച്ചെടുക്കുന്ന എഥനോളിനെ ജൈവ അഥവാ ബയോ എഥനോൾ എന്ന് വിളിക്കുന്നു. ഇത് കുറച്ച് പെട്രോളിൽ ചേർത്ത്, മാറ്റം വരുത്താത്ത എഞ്ചിനിൽ ഉപയോഗിക്കുമ്പോൾ ഇതിനെ ബയോപെട്രോൾ അല്ലെങ്കിൽ ഗ്യാസഹോൾ എന്നു വിളിക്കും. ഏകദേശം 5% മുതൽ 20% വരെ എഥനോൾ പെട്രോളിൽ കലർത്തി നിലവിലുള്ള പെട്രോൾ എഞ്ചിനുകളിൽ ഉപയോഗിക്കാം. ഈ നടപടി രാജ്യത്തിന് സാമ്പത്തികനേട്ടം ഉണ്ടാക്കുമെന്ന് മാത്രമല്ല പരിസ്ഥിതിക്ക് വരുത്തുന്ന വിനകൾ കുറയ്ക്കുകയും ചെയ്യും. ഏറ്റവും ശ്രദ്ധേയമായത് ബയോഎഥനോൾ ഒരു പുതുക്കപ്പെടുന്ന ഊർജ്ജസ്രോതസ്സാണെന്നുള്ളതാണ്. ഇതൊരു മികച്ച ഇന്ധനം കൂടിയാണ്. അതിനുള്ള കാരണങ്ങൾ ഇനി പറയുന്നതാണ്. കുറഞ്ഞ തന്മാത്രാ ഭാരം, ഓക്സിജന്റെ അളവ് കൂടുതൽ, ഉയർന്ന ജ്വലനക്ഷമത, വിഷമില്ലായ്മ, മലിനീകരണമുക്തം തുടങ്ങിയവ. എഥനോൾ പെട്രോളിൽ ചേർക്കുമ്പോൾ കിട്ടുന്ന ഗ്യാസഹോൾ അഥവാ ബ്ലെൻഡഡ് പെട്രോളിന് ഗുണപരമായ മേന്മകൾ ഏറെയുണ്ടെന്നു കാണാം. നേരത്തേ സൂചിപ്പിച്ചതുപോലെ ബയോഎഥനോൾ വിവിധ രാജ്യങ്ങളിൽ വ്യത്യസ്തങ്ങളായ കാർഷിക വിഭവങ്ങളിൽ നിന്ന് വേർതിരിച്ചെടുക്കുന്നു. ബ്രസീലിൽ പഞ്ചസാരയിൽ നിന്നാണ് എഥനോൾ ഉല്പാദിപ്പിക്കുന്നത്. അവിടെയുള്ള ആകെ വാഹനങ്ങളിൽ 20% ഉം 100% ബയോ എഥനോളിൽ ഓടുന്നു. ബാക്കി വരുന്നവയിൽ 20% എഥനോൾ കലർത്തി ഓടിക്കുന്നു. അമേരിക്കയിൽ ധാന്യങ്ങളിൽ നിന്ന് എഥനോൾ ഉല്പാദിപ്പിച്ച് 10% പെട്രോളിൽ (ഗ്യാസലിൻ) ചേർത്ത് ഉപയോഗിക്കുന്നു. യൂറോപ്യൻ രാജ്യങ്ങളിൽ ബീറ്റ്റൂട്ടാണ് ഉപയോഗിക്കുന്നത്. 15% എഥനോൾ ചേർത്ത ഇന്ധനം വാഹനങ്ങളിൽ ഉപയോഗിക്കുന്നു.

ഇന്ത്യയിൽ മുഖ്യമായും എഥനോൾ ലഭ്യമാകുന്നത് പഞ്ചസാരമില്ലുകളിൽ നിന്നുള്ള മൊളാസ്സസ്സിൽ നിന്നാണ്. ഇതുകൂടാതെ ഉരുളക്കിഴങ്ങ്, ബീറ്റ്റൂട്ട്, കപ്പക്കിഴങ്ങ്, മരച്ചീനി, ചോളം, ഗോതമ്പ്, തുടങ്ങിയവയും ഉപയോഗിക്കുന്നു. മറ്റൊരു സ്രോതസ്സ് മധുകപ്പൂക്കളാണ് *(Madhuca Indica)*. മധുകപ്പൂക്കളിൽ നിന്നും വാറ്റിയ മുന്തിയതരം ലഹരി പാനീയത്തെക്കുറിച്ച് ദുര്യോധനൻ പരാമർശിക്കുന്നുണ്ട് (*രണ്ടാമൂഴം*).

കാർഷികരാജ്യമായ ഭാരതത്തെ സംബന്ധിച്ച് എഥനോൾ വളരെ ചെലവ് കുറഞ്ഞ രീതിയിൽ ഉല്പാദിപ്പിക്കാനും ബയോഎഥനോൾ കുറഞ്ഞ വിലയ്ക്ക് ലഭ്യമാക്കാനും കഴിയും. ഇതിനുള്ള തീവ്രശ്രമങ്ങൾ സർക്കാർ തലത്തിൽ നടന്നുവരുന്നു.

ബയോഎഥനോളിന്റെ മേന്മകൾ

1. എഥനോൾ പുതുക്കപ്പെടുന്നതാണ്, അത് കാർഷിക ഉല്പന്നങ്ങളിൽ നിന്നും വാറ്റിയെടുക്കുന്നു.
2. പ്രത്യേകം രാസപ്രവർത്തനങ്ങളില്ലാതെ പെട്രോളും എഥനോളും ചേർത്തെടുക്കാം. പരമാവധി 20% വരെ എഥനോൾ ചേർക്കാം. നമ്മുടെ നാട്ടിൽ 5% എഥനോൾ പെട്രോളിൽ ചേർക്കാൻ അനുമതിയുണ്ട്.
3. നിലവിലുള്ള എഞ്ചിനിൽ മാറ്റങ്ങൾ വരുത്താതെ ഉപയോഗിക്കാം.
4. ഗ്രീൻഹൗസ് ഇഫ്ക്ട് ഉണ്ടാക്കുന്ന കാർബൺ ഡൈ ഓക്സൈഡിന്റെ പുറംതള്ളൽ 60% വരെ കുറയുന്നു. കൃഷിമൂലം പുതുക്കപ്പെടുന്നതുകൊണ്ടാണിത്. ആഗോളതലത്തിൽ കുറവു വരുന്നു.
5. വാഹനങ്ങളിൽ നിന്നും വമിക്കുന്ന കാർബൺ ഡൈ ഓക്സൈഡ്, ഹൈഡ്രോകാർബൺ എന്നിവ പെട്രോൾ മാത്രം കത്തുമ്പോഴുള്ളതിനെ അപേക്ഷിച്ച് ഏകദേശം 40% കുറവാണ്. സൾഫർ ഡൈ ഓക്സൈഡും നൈട്രസ് ഓക്സൈഡും ഉണ്ടാകുന്നില്ല. വാഹനപുകയിൽ അടങ്ങിയ ഹൈഡ്രോകാർബണുകൾ ക്യാൻസർ ഉണ്ടാക്കുന്നില്ല.
6. ബയോഎഥനോളിന്റെ ഒക്ടേൻ (Octane) നമ്പർ പെട്രോളിനെ അപേക്ഷിച്ച് അല്പം കൂടുതലായിരിക്കും. ബയോഎഥനോൾ അല്പം കൂടിയ കംപ്രഷൻ റേഷ്യായിൽ പ്രവർത്തിച്ച് കാര്യക്ഷമത കൂട്ടുകയും ചെയ്യുന്നു.
7. പെട്രോളിന്റെ ഒക്ടേൻ നമ്പർ കൂട്ടുന്നതിനായി ടെട്രാ ഈതൈൽ ലെഡ് ചേർക്കുമായിരുന്നു. ഇത് കൂടുതൽ മലിനീകരണമുണ്ടാക്കും. ലെഡിന്റെ അംശങ്ങൾ അന്തരീക്ഷത്തിൽ കടക്കും. എന്നാൽ എഥനോൾ ചേർത്താൽ ഒക്ടേൻ നമ്പർ കൂടും. മേൽപറഞ്ഞ രാസപദാർത്ഥം ചേർക്കേണ്ടതില്ല. അതിനാൽ ബയോഎഥനോൾ അൺലഡഡ് ആവുകയും അതുമൂലമുള്ള മലിനീകരണം കുറയുകയും ചെയ്യുന്നു.

പോരായ്മകൾ

1. എഥനോളിന്റെ ലഭ്യത ഒരു പ്രശ്നമാണ്. 2012 ആകുമ്പോഴേക്കും 5%-വും 2017 ൽ 10%-വും എഥനോളും പെട്രോളിൽ ചേർത്ത് ഇന്ത്യ യിൽ വാഹനങ്ങൾ ഓടിക്കാൻ കഴിയുമെന്ന് കണക്കു കൂട്ടിയുള്ള പ്രവർത്തനങ്ങളിലാണ് നാം. എഥനോൾ ഒരു ലഹരി പാനീയമാ ണെന്നത് ചില പ്രശ്നങ്ങൾ ഉണ്ടാക്കും.
2. ബയോഎഥനോളിന്റെ കലോറികമൂല്യം അല്പം കുറവാണ്.
3. എഥനോളിന്റെ അളവ് വളരെ കൂടിയിരുന്നാൽ കാർബുറേറ്ററിന്റെ പ്രവർത്തനം തടസ്സപ്പെടും. ബയോഎഥനോൾ കാർബുറേറ്ററിൽ വച്ച് ബാഷ്പീകരണ ലീനതാപം ആഗിരണം ചെയ്യുകയും തണു ക്കുകയും ചെയ്യുന്നു. കാരണം പെട്രോളിനെ അപേക്ഷിച്ച് ലീന താപം കൂടുതലാണ്. കാർബുറേറ്റർ തണുത്ത് ഐസുണ്ടായി ബ്ലോക്ക് വരാൻ സാധ്യതയുണ്ട്. അതിനാൽ എഥനോൾ വളരെ കൂടുതൽ പെട്രോളിൽ ചേർക്കാറില്ല. എഞ്ചിനിൽ മാറ്റം വരുത്തി യാൽ കൂടുതൽ ഉപയോഗിക്കാം.

ബയോഡീസൽ

വെളിച്ചെണ്ണ, കരഞ്ചാ ഓയിൽ, കാട്ടാവണക്കെണ്ണ തുടങ്ങിയ സസ്യ എണ്ണകൾ എസ്റ്ററിഫിക്കേഷൻ എന്ന രാസപ്രക്രിയ നടത്തിയശേഷം ലഭി ക്കുന്ന, ഡീസലിനു സമാനമായ ഇന്ധനത്തെ ബയോഡീസൽ എന്ന് വിളിക്കുന്നു. 1895-ൽ ഡീസൽ എഞ്ചിന്റെ രൂപകല്പന നടത്തിയ റൂഡോൾഫ് ഡീസൽ എന്ന ജർമ്മൻകാരൻ കപ്പലണ്ടി എണ്ണയിൽ പ്രവർത്തിക്കുന്ന എഞ്ചിൻ നിർമ്മിക്കുകയുണ്ടായി. 1900-ൽ പാരീസിൽ ഒരു പ്രദർശനത്തിൽ ഇത് പ്രവർത്തിപ്പിച്ചു കാണിക്കുകയും ചെയ്തു. ബയോഡീസൽ ഒരു പുതുക്കപ്പെടുന്ന ഊർജ്ജസ്രോതസ്സാണ്. നിലവി ലുള്ള ഡീസൽ എഞ്ചിനുള്ളിൽ മാറ്റം വരുത്താതെ തന്നെ ഏകദേശം 20% ബയോഡീസലും 80% പെട്രോളിയത്തിൽ നിന്നു കിട്ടുന്ന ഡീസൽ അഥവാ സാദാഡീസലും ചേർത്ത് എഞ്ചിൻ പ്രവർത്തിപ്പിക്കാം.

ഡീസൽ എഞ്ചിന്റെ പ്രവർത്തനം ചുരുക്കി പറയാം. എഞ്ചിനിലെ ഓരോ സിലിണ്ടറിലും നടക്കുന്നതിതാണ്. കുറച്ചുവായു ഒരു സിലിണ്ട റിൽ കയറ്റി പെട്ടെന്നു മർദ്ദിച്ച് ഒതുക്കുന്നു. ഇതിനാൽ ഊഷ്മാവ് പെട്ടെ ന്നുയരുന്നു. ഈ തപ്തമായ വായുവിലേക്ക് ശകലം ഡീസൽ അറ്റോ മൈസർ വഴി സ്പ്രേ ചെയ്യുന്നു. ഡീസൽ പെട്ടെന്ന് ജ്വലിച്ച് അതിലെ പിസ്റ്റണെ പെട്ടെന്നു നീക്കുന്നു. ഇവിടെ പെട്രോൾ വാഹനത്തിലുള്ളതു പോലെ സ്പാർക്കിംഗ് പ്ലഗ് ഇല്ല. വണ്ടി ഓടുന്നു. ഈ പിസ്റ്റണിൽ നിന്നു കിട്ടുന്ന ശക്തികൊണ്ട് എഞ്ചിനിലെ മറ്റു സിലിണ്ടറുകളിൽ വിവിധ സ്ട്രോക്കുകൾ നടക്കും. ഒന്നിൽ വായുകയറ്റി മർദ്ദിക്കും, മറ്റൊന്നിൽ പുക പുറത്തു പോകും. ഒന്നിൽ ഡീസൽ സ്പ്രേ നടക്കും. എന്തായാലും ഒരു പിസ്റ്റൺ നീങ്ങി കിട്ടുന്ന ശക്തിയിൽ വണ്ടി ഓടുകയും ഒപ്പം ക്രമമായി

മറ്റു പിസ്റ്റണുകൾ ഒന്നൊന്നായി മുടക്കമില്ലാതെ പ്രവർത്തിക്കുകയും ചെയ്യുന്നു. അങ്ങനെ വണ്ടി ഓടുന്നു, അല്ലെങ്കിൽ എഞ്ചിൻ നിരന്തരം പ്രവർത്തിക്കുന്നു. ഒന്ന് തുടങ്ങി കിട്ടിയാൽ പിന്നെ തുടർപ്രവർത്തനം ഉറപ്പാണ്.

ഇവിടെ ഉപയോഗിക്കുന്ന ഇന്ധനത്തിന്റെ ഗതിക വിസ്കോസിറ്റി കൂടിയിരുന്നാൽ സ്പ്രേ ചെയ്യാൻ പ്രയാസമാണ്. അതുപോലെ തന്നെ ഇന്ധനം പൂർണ്ണമായും ജ്വലിക്കുകയുമില്ല. സസ്യഎണ്ണ നേരിട്ട് ഒഴിച്ചാൽ ഇതാണ് പ്രശ്നം. ഡീസലുമായി സസ്യഎണ്ണ നേരിട്ട് ചേർത്ത് ഒഴിച്ചാലും ഇതു സംഭവിക്കും. പൂർണ്ണമായി കത്താത്തതുകൊണ്ട് ഒത്തിരി പുക വരികയും ചെയ്യും. അതുകൊണ്ട് സസ്യഎണ്ണ നേരിട്ട് ഡീസലിൽ ചേർക്കില്ല. സസ്യഎണ്ണയുടെ ഗതിക വിസ്കോസിറ്റി കുറച്ചേ മതിയാകൂ. ഡീസലിന് ഗതിക വിസ്കോസിറ്റി കുറവാണ്. ഡീസലിന്റെ ഗതിക വിസ്കോസിറ്റിയുടെ അളവ് 3 മുതൽ 4 സെന്റിസ്റ്റോക്ക്യൂണിറ്റാണ്. ബയോഡീസൽ ഉണ്ടാക്കാൻ ഉപയോഗിക്കുന്ന ജട്രോഫാ ഓയിലിന്റെ ഗതിക വിസ്കോസിറ്റിയുടെ അളവ് 50 സെന്റിസ്റ്റോക്കാണ്. ഇത് വളരെ കൂടുതലാണ്. മുട്ടയുടെ വെള്ളക്കരു, തേൻ, ദോശമാവ് തുടങ്ങിയ ദ്രാവകങ്ങൾ ഒഴുകാൻ പ്രയാസമാണ് അഥവാ വിസ്കോസിറ്റി കൂടുതലാണ്. ദ്രാവകത്തിന് ഒഴുകാനുള്ള തടസ്സമാണ് വിസ്കോസിറ്റിയുടെ അളവ്. എന്നാൽ വിസ്കോസിറ്റി കുറവുള്ള വെള്ളം, മണ്ണെണ്ണ, ഡീസൽ തുടങ്ങിയവ വേഗം ഒഴുകും. നല്ലവണ്ണം സ്പ്രേ ചെയ്യാം. വിസ്കോസിറ്റി ഗുണാങ്കത്തെ ദ്രാവകത്തിന്റെ സാന്ദ്രതകൊണ്ട് ഹരിക്കുമ്പോൾ കിട്ടുന്നതാണ് ഗതിക വിസ്കോസിറ്റി ഗുണാങ്കം. ഇതിന്റെ യൂണിറ്റാണ് സെന്റിസ്റ്റോക്ക്. വിസ്കോസിറ്റി വളരെ കൂടുതലുള്ള സസ്യഎണ്ണകൾ ഡീസൽ എഞ്ചിനിൽ ഉപയോഗിച്ചാൽ ഒത്തിരി കറുത്തപുക ഉണ്ടാവുകയും എഞ്ചിൻ ഭാഗങ്ങൾക്ക് കേടുപാട് സംഭവിക്കുകയും ചെയ്യും. സസ്യഎണ്ണകളുടെ ബാഷ്പീകരണ ശേഷി ഡീസലിനേക്കാൾ കുറവാണ്. അങ്ങനെയൊക്കെയാണെങ്കിലും സസ്യഎണ്ണകൾ ഡീസലിൽ എളുപ്പത്തിൽ ലയിക്കും. മറ്റൊന്ന്, സസ്യഎണ്ണകൾ കൂടുതൽ കാർബണിക പദാർത്ഥങ്ങളുടെ പുറന്തള്ളൽ ഉണ്ടാക്കും. സസ്യഎണ്ണകളുടെ വിസ്കോസിറ്റി കുറച്ചാൽ ഡീസലിൽ ചേർക്കാം. എന്താണ് പോംവഴി ? സസ്യഎണ്ണയെ എസ്റ്ററിഫിക്കേഷൻ എന്ന രാസപ്രക്രിയ നടത്തിയാൽ മതി ; വില പത്തിൽ ഒന്നാകും ! സാങ്കേതികമായി പറഞ്ഞാൽ സസ്യഎണ്ണകളിൽ നിന്നും ഉല്പാദിപ്പിക്കുന്ന മോണോ ആൽക്കൈൽ എസ്റ്റർ ആണ് ബയോഡീസൽ.

നമ്മുടെ രാജ്യത്ത് ബയോഡീസൽ ഉല്പാദിപ്പിക്കാൻ മുഖ്യമായും ഉപയോഗിക്കുന്നത് നഞ്ചുംപത്തൽ എന്ന് നാട്ടിൽ അറിയപ്പെടുന്ന കാട്ടാവണക്കിന്റെ കുരുവാണ് (*Jatropha curcas*). ഇത് ആട്ടിക്കിട്ടുന്നതാണ് ജട്രോഫാ ഓയിൽ. മണ്ണും കല്ലും ഉപ്പുരസവുമൊക്കെയുള്ള സ്ഥലങ്ങളിൽ വളരെക്കുറച്ചു വെള്ളം മാത്രം വലിച്ചെടുത്ത് സമൃദ്ധമായി വളരുന്ന ഒന്നാണ് കാട്ടാവണക്ക്. രണ്ട് വർഷത്തിനകം കായ്ക്കും. ഇന്ത്യൻ

ബയോഡീസലിൽ ഓടുന്ന ബസ്സും ട്രെയിനും
കാട്ടാവണക്കിൻ കുരുവും കരഞ്ചാകുരുവും

റയിൽവേ, ട്രാക്കിന്റെ വശങ്ങളിൽ ഒത്തിരി സ്ഥലങ്ങളിൽ നട്ടുപിടിപ്പിച്ചു വരുന്നു. മറ്റുചെടികളെയും കാർഷികവിളകളെയും ബാധിക്കില്ല. 30 മുതൽ 40 വർഷങ്ങൾ വരെ കായ്ഫലം തരും. കന്നുകാലികൾക്ക് വേണ്ടാത്ത ചെടിയാണ്. കിലോയ്ക്ക് 4 രൂപ നിരക്കിൽ കിട്ടും. തരിശുഭൂമികൾ പോലും ഉപയോഗപ്പെടുത്താം. ജട്രോഫാ കുരുവാട്ടിക്കിട്ടുന്ന പിണ്ണാക്ക് നല്ല വളമാണ്. തോട് ബയോമാസ്സ് ആയി ഉപയോഗിക്കാം. കാലിഫോർണിയായിലെ 'സിയാറാ റെയിൽ റോഡ്' ആണ് ആദ്യമായി ബയോഡീസൽ ഉപയോഗിച്ച് തീവണ്ടി ഓടിച്ചത്. ഇപ്പോൾ ആയിരക്കണക്കിന് വണ്ടികൾ ബയോഡീസൽ ഉപയോഗിക്കുന്നു.

രാജ്യത്ത് വ്യാപകമായി ഉപയോഗിക്കുന്നതും കൂടുതൽ പ്രയോജനപ്പെടുത്താവുന്നതുമായ ഒന്നാണ് കരഞ്ചാമരം. ഇത് തമിഴ്നാട്ടിൽ വളരെ വ്യാപകമായി കാണുന്നുണ്ട്. പുങ്കമരമെന്നും വിളിക്കും. ബോട്ടണിയിൽ ഇതിനെ *Pongamia pinnata* എന്ന് അറിയപ്പെടും. 18 മീറ്റർ വരെ വളരും. വരൾച്ചയും, മണ്ണിലെ ഉപ്പുരസവും ഒന്നും ഇതിനെ ബാധിക്കില്ല. 4 മുതൽ 7 വർഷം കൊണ്ട് പൂർണ്ണമായും പാകമാകും. പശ്ചിമബംഗാൾ, ആന്ധ്രാപ്രദേശ്, തമിഴ്നാട്, കർണ്ണാടക എന്നിവിടങ്ങളിൽ ധാരാളമായി കാണുന്നു. ഇതിന്റെ കുരുവിൽ 27% മുതൽ 39% വരെ എണ്ണയുണ്ടാകും. കരഞ്ചാ ഓയിലിന്റെ ഗതിക വിസ്കോസിറ്റി 32 സെന്റിസ്റ്റോക്കാണ്.

ഡോ. ജെ നാസ്സറിന്റെ പഠനങ്ങൾ സൂചിപ്പിക്കുന്നത് വെളിച്ചെണ്ണയാണ് ഏറ്റവും നല്ല സസ്യഎണ്ണ എന്നാണ്. ഡീസലിന് ഏറ്റവും അടുത്തു നില്ക്കുന്നതും ഇത്തന്നെ. പക്ഷേ വിലയും ഗാർഹിക ആവശ്യവും

ഉള്ളതുകൊണ്ട് ഇന്ധനമായി ഉപയോഗിക്കാൻ കഴിയില്ല. ബയോഡീസൽ ഉല്പാദിപ്പിക്കാൻ കഴിയുന്ന സസ്യഎണ്ണകളാണ് പാം ഓയിൽ, സൊയാബീൻ എണ്ണ, വേസ്റ്റ് ഓയിൽ എന്നിവ. വിശാല ഭൂപ്രദേശമുള്ള നമ്മുടെ രാജ്യത്ത് ഇത്തരം കൃഷിയും ബയോഡീസൽ ഉല്പാദനവും വൻസാധ്യത തുറക്കുന്നു. ഇനി എന്താണ് എസ്റ്ററിഫിക്കേഷൻ എന്നു നോക്കാം.

സസ്യഎണ്ണകളെ എഥനോളോ മെഥനോളോ ചേർത്തു ഉൽപ്രേരകമായ പൊട്ടാസ്യം ഹൈഡ്രോക്സൈഡിന്റെ സാന്നിദ്ധ്യത്തിൽ പ്രതിപ്രവർത്തിപ്പിക്കുന്നു. ഇതിന്റെ ഫലമായി സസ്യഎണ്ണ ബയോഡീസലും ഗ്ലിസറോളുമായി മാറുന്നു. ഈ പ്രക്രിയയെ എസ്റ്ററിഫിക്കേഷൻ എന്ന് വിളിക്കുന്നു. ഉപോല്പന്നമായ ഗ്ലിസറോൾ സോപ്പുനിർമ്മാണത്തിനും മറ്റും വളരെ അത്യാവശ്യമുള്ള ഒന്നാണ്.

ഫലങ്ങൾ

(1) മുഖ്യമായി സംഭവിക്കുന്നത് സസ്യഎണ്ണയുടെ ഗതിക വിസ്കോസിറ്റി കുറയുന്നു എന്നുള്ളതാണ്; അതാണ് ലക്ഷ്യവും (ഏതാണ്ട് പത്തിലൊന്നായി കുറയുന്നു). ജട്രോഫാ ഓയിലിന്റെ വിസ്കോസിറ്റി 50–ൽ നിന്ന് ഏകദേശം 5 ആയിട്ട് കുറയുന്നു. അതുകൊണ്ട് ഈ ബയോഡീസൽ എളുപ്പം സ്പ്രേ ചെയ്യാം. ജ്വലനവും മികച്ചതാവും; കറുത്ത പുകയും കുറയും. വെളിച്ചെണ്ണ ഇതിലും മികച്ച ഫലം തരും.

(2) സീറ്റേൻ നമ്പർ (cetane number) ഏകദേശം 45 ൽ നിന്ന് 60 ലേക്ക് ഉയരുന്നു. ഇത് എഞ്ചിന്റെ ക്ഷമത കൂട്ടുന്നു.

എസ്റ്ററിഫിക്കേഷൻ നടത്തി കിട്ടിയ ബയോഡീസൽ 5 മുതൽ 30% വരെ സാദാ ഡീസലിൽ ചേർത്ത് (blend) ഡീസൽ എഞ്ചിനുള്ളിൽ മാറ്റങ്ങൾ വരുത്താതെ തന്നെ ഉപയോഗിക്കാം. രൂപകല്പന തന്നെ മാറ്റി 100% ബയോഡീസൽ ഉപയോഗിക്കാവുന്ന എഞ്ചിനുകൾ നിരത്തിലിറക്കി കഴിഞ്ഞു. ഉദാഹരണം : സ്കാനിയ വോക്സ്വാഗൺ.

നമ്മൾ ഇറക്കുമതി ചെയ്യുന്ന പെട്രോളിയം ഇന്ധനത്തിന്റെ സിംഹഭാഗവും ചരക്ക് ഗതാഗത വാഹനങ്ങളിലും പവർപ്ലാന്റുകളിലും ഉപയോഗിക്കുന്നു. ഉയർന്ന ഇന്ധനക്ഷമതയും കുറഞ്ഞ പ്രവർത്തനച്ചെലവും കാരണം ഡീസൽ എഞ്ചിനുകളാണ് വ്യാപകമായി ഉപയോഗിക്കുന്നത്. ഇപ്പോൾ വിപണിയിൽ ലഭിക്കുന്ന കാറുകളിലധികവും ഡീസൽ കൊണ്ട് ഓടുന്നതാണല്ലോ. അതുകൊണ്ട് ബയോഡീസൽ ഉല്പാദിപ്പിച്ച് ഉപയോഗിച്ചാൽ ഇറക്കുമതി ഗണ്യമായി കുറയ്ക്കാം; മലിനീകരണം കുറയ്ക്കാം; ഒരു പരിധിവരെ ഊർജ്ജസുരക്ഷിതത്വവും നേടാം.

ബയോഡീസലിന്റെ മേന്മകൾ

1. പുതുക്കപ്പെടാവുന്നത്

ഫോസ്സിൽ ഇന്ധനത്തെ അപേക്ഷിച്ച് ബയോഡീസലിന്റെ പ്രധാന

പ്പെട്ട മേന്മ, അത് നമുക്ക് ചുറ്റും ലഭ്യമായ അല്ലെങ്കിൽ എളുപ്പം കൃഷി ചെയ്തെടുക്കാവുന്ന ജൈവവസ്തുക്കളിൽ നിന്നും കുറഞ്ഞ ചെലവിൽ ഉല്പാദിപ്പിക്കാമെന്നതാണ്. വീണ്ടും വീണ്ടും കൃഷി ചെയ്ത് ഉല്പാദിപ്പിക്കാം. വെറും രണ്ടോ മൂന്നോ വർഷങ്ങൾ കൊണ്ട് പൂർണ്ണ വളർച്ചയെത്തുന്ന സസ്യങ്ങളിൽ നിന്നും ലഭ്യമായതുകൊണ്ട് ബയോഡീസൽ പുതുക്കപ്പെടുന്ന ഊർജ്ജസ്രോതസ്സാണ്.

2. മികച്ച ലൂബ്രിക്കന്റ്

ഡീസലിനേക്കാൾ മികച്ച ലൂബ്രിക്കന്റാണ് ബയോഡീസൽ. അതുകൊണ്ട് എഞ്ചിൻ ഭാഗങ്ങളുടെ ഘർഷണവും തുടർന്നുള്ള തേയ്മാനവും കുറയുന്നു.

3. ഉയർന്ന പ്രവർത്തനക്ഷമത

ഉയർന്ന സീറ്റേൻ നമ്പർ കൂടുതൽ പ്രവർത്തനക്ഷമത നല്കുന്നു. ബയോഡീസലിലുള്ള 10% ഓക്സിജൻ മികച്ച ജ്വലനം ഉറപ്പു തരുന്നു.

4. സൂക്ഷിക്കാൻ എളുപ്പം

ഇന്ധനങ്ങൾ സൂക്ഷിക്കുക എന്നുള്ളത് എളുപ്പമുള്ള കാര്യമല്ല. ഏറെ മുൻകരുതലുകൾ വേണം. ഒരിന്ധനം ചൂടാക്കി കിട്ടുന്ന ബാഷ്പം ഒരു മിന്നൽ പോലെ കത്തിയമരുന്ന ഊഷ്മാവാണ് ഫ്ളാഷ് പോയിന്റ്. അതുപോലെ ഒരിന്ധനം ചൂടാക്കിയാൽ ഒരു നിശ്ചിത ഊഷ്മാവിൽ അത് നിന്നെരിയും. ആ ഊഷ്മാവിനെ അതിന്റെ ഫയർ പോയിന്റ് എന്ന് വിളിക്കുന്നു. ഇത് രണ്ടും കൂടിയിരുന്നാൽ ഇന്ധനത്തെ സുരക്ഷിതമായി, അപകടമില്ലാതെ സൂക്ഷിക്കാനാവും. ഡീസലിന്റെ ഫ്ളാഷ് പോയിന്റും ഫയർ പോയിന്റും യഥാക്രമം 50 ഉം 70 ഉം ആകുന്നു. എന്നാൽ ബയോഡീസലിന്റേത് ഏകദേശം 100 ഉം 200 ഉം ഡിഗ്രി സെൽഷ്യസാണ്. അതുകൊണ്ട് ബയോഡീസൽ അപകടമില്ലാതെ സൂക്ഷിക്കാൻ എളുപ്പമാണ്. ഇത് വളരെ മികച്ച ഗുണമാണ്.

5. മലിനീകരണം കുറയ്ക്കുന്നു

ഡീസലിനെ അപേക്ഷിച്ച് കാർബൺ മോണോക്സൈഡ് 50% കുറവും കാർബൺ ഡൈ ഓക്സൈഡ് 78% കുറവുമാണ് ഉണ്ടാക്കുക. ബയോഡീസൽ കത്തിയുണ്ടാകുന്ന കണികരൂപത്തിലുള്ള മാലിന്യങ്ങൾ 30% കുറവാണ്, ഡീസലുമായി തട്ടിച്ചുനോക്കുമ്പോൾ. ഡീസലിനെ അപേക്ഷിച്ച് 93% കുറഞ്ഞ അളവിലേ ഹൈഡ്രോകാർബണുകൾ ഉണ്ടാകുന്നുള്ളൂ. ആകെ നോക്കുമ്പോൾ ബയോഡീസൽ ഉപയോഗിക്കുമ്പോൾ മലിനീകരണം കുറവാണ്. കാർബൺ ഡൈ ഓക്സൈഡ് കുറവുവരാൻ കാരണമിതാണ്: വാഹനങ്ങൾ കാർബൺ ഡൈ ഓക്സൈഡ് പുറത്തേക്ക് വിടുമ്പോൾ, നാം നട്ടുപിടിപ്പിക്കുന്ന ജട്രോഫയും കരഞ്ചായു

മെല്ലാം ഈ വാതകം വലിച്ചെടുക്കുന്നു. സസ്യങ്ങളുടെ മേൽക്കൈ അന്ത രീക്ഷത്തിലെ കാർബൺ ഡൈ ഓക്സൈഡിന്റെ അളവ് കുറയ്ക്കുന്നു. ഫോസ്സിൽ ഇന്ധനങ്ങളിൽ 'മരം വച്ചു പിടിപ്പിക്കൽ' ഊർജ്ജോൽപ്പാദന ത്തിന്റെ ഭാഗമല്ലല്ലോ.

പോരായ്മകൾ

1. ബയോഡീസലിന്റെ കലോറിഫിക് വാല്യു സാദാ ഡീസലിനെ അ പേക്ഷിച്ച് കുറവായതിനാൽ എഞ്ചിന് പവർ അല്പം കുറവായിരിക്കും.
2. മികച്ച ബയോഡീസൽ പ്ലാന്റുകൾ രൂപകല്പന ചെയ്യേണ്ടിയിരിക്കു ന്നു.
3. വളരെ കുറഞ്ഞചെലവിൽ എണ്ണക്കുരുക്കൾ ഉല്പാദിപ്പിക്കണം (കൃഷി തകൃതിയായി നടത്തണം).

ബയോഡീസൽ ഇന്ത്യയിൽ

ഗവൺമെന്റ് ആരംഭിച്ച നാഷണൽ ബയോ-ഡീസൽ മിഷൻ പദ്ധതി യിട്ടിരിക്കുന്നതിതാണ്; 5 ലക്ഷം ഹെക്ടർ ഭൂമിയിൽ എണ്ണക്കുരുക്കൾ കൃഷി ചെയ്ത് 5% ബയോഡീസൽ സാദാ ഡീസലിൽ ചേർത്തു രാജ്യ ത്തുടനീളം വിതരണം ചെയ്യുക, 2011/12 ആകുമ്പോഴേക്കും വിതരണം ഏകദേശം 20% ആയി ഉയർത്തുക എന്നിവയാണ്. ഇതിനകം 21 സംസ്ഥാ നങ്ങളിലായി 10,000 ഹെക്ടർ സ്ഥലത്ത് കൃഷി ആരംഭിച്ചു കഴിഞ്ഞു. ഇന്ത്യൻ ഓയിൽ കോർപറേഷൻ ബയോഡീസൽ തീവ്രതരമായി ഉല്പാ ദിപ്പിക്കാനുള്ള ശ്രമത്തിന്റെ ഭാഗമായി മധ്യപ്രദേശ് സർക്കാരിൽ നിന്നും 30,000 ഹെക്ടർ ഭൂമി ജെട്രോഫാ കൃഷിക്കായി ഏറ്റെടുത്തു. ഒരു ഹെക്ട റിൽ നിന്നും 1892 ലിറ്റർ ബയോഡീസൽ ഉല്പാദിപ്പിക്കാനാകും. ഹരി യാനാ സ്റ്റേറ്റ് ട്രാൻസ്പോർട്ടിലെ 40 ബസ്സുകളിൽ നടത്തിയ പഠനം സൂചി പ്പിക്കുന്നത് 10% മുതൽ 15% വരെ അന്തരീക്ഷമലിനീകരണം ബയോഡീ സലിനാൽ കുറയ്ക്കാൻ സാധിക്കുമെന്നാണ്. മഹീന്ദ്രാ ആന്റ് മഹീന്ദ്രാ ബയോഡീസൽ വാഹനമിറക്കാനുള്ള ശ്രമത്തിലാണ്. കൊച്ചിൻ റിഫൈ നറി റബ്ബർ കുരുവിൽ നിന്ന് ബയോഡീസൽ ഉല്പാദിപ്പിക്കുന്ന പ്ലാന്റ് പരീക്ഷണാടിസ്ഥാനത്തിൽ തുടങ്ങിയിട്ടുണ്ട്; ഒരു ദിവസം 100 ലിറ്റർ എന്ന കണക്കിന് കർണ്ണാടകാ ട്രാൻസ്പോർട്ട് കോർപറേഷൻ 200 ഓളം ബസ്സു കൾ ബയോഡീസലിൽ ഓടിക്കുന്നു. ബയോഡീസൽ ഉല്പാദിപ്പിക്കാ നുള്ള ഒരു പ്ലാന്റും തുടങ്ങി. കരഞ്ചാമരത്തിന്റെ കുരുവാണ് ഇതിൽ ഉപ യോഗിക്കുന്നത്. വൻതോതിൽ എണ്ണക്കുരുക്കൾ കൃഷി ചെയ്യുവാൻ ഏറെ പ്പേർ മുന്നോട്ട് വരുന്നുണ്ട്. ഇത് കൂടുതൽ തൊഴിലവസരങ്ങൾ ഗ്രാമീണ മേഖലയിൽ സൃഷ്ടിക്കും.

ഇന്ത്യൻ റെയിൽവേ തികച്ചും മാതൃകാപരവും ഊർജ്ജസ്വലവുമായ നടപടികളുമായി മുന്നോട്ട് പോകുന്നു. ബയോഡീസൽ ഉണ്ടാക്കുന്ന പ്ലാന്റുകൾ ആരംഭിച്ചു കഴിഞ്ഞു. പാളങ്ങളുടെ വശങ്ങളിൽ ജട്രോഫാ

വ്യാപകമായി നട്ടുപിടിപ്പിക്കാൻ തുടങ്ങി. പാലക്കാട് ഒരു ബയോഗ്യാസ് പ്ലാന്റ് തുടങ്ങുവാൻ പോകുന്നു. വിപുലമായ പദ്ധതികളുമായി മുന്നോട്ട് പോകുന്നു. പ്രതിവർഷം 17 ലക്ഷം ടൺ ഡീസലാണ് ഇന്ത്യൻ റയിൽവേ ഉപയോഗിക്കുന്നത്. ഏകദേശം 20% ബയോഡീസൽ ലഭിക്കുന്നതിന് 2 ലക്ഷം ഹെക്ടറിൽ കൃഷി ചെയ്യേണ്ടിയിരിക്കുന്നു. അഞ്ചോ പത്തോ ശതമാനം ബയോഡീസൽ ചേർക്കാൻ കഴിഞ്ഞാൽ ഗണ്യമായ കുറവ് ചെലവിലും ഒപ്പം ആശ്വാസകരമായ സാഹചര്യം പരിസ്ഥിതിയിലുമുണ്ടാകും.

എന്തുകൊണ്ട് ബയോഇന്ധനങ്ങൾ ?

1. പരിസരമലിനീകരണം കുറയ്ക്കുന്നു.
2. ഊർജ്ജസുരക്ഷിതത്വം : ഇന്ധനത്തിന് ഇറക്കുമതിയെ ആശ്രയിക്കുന്നതുകൊണ്ട് സ്വയം പര്യാപ്തതയില്ല. ഊർജ്ജാവശ്യങ്ങൾ സുരക്ഷിതമായി നിർവഹിക്കാൻ പ്രയാസം. ഇവിടെത്തന്നെ കുറച്ചെങ്കിലും ഇന്ധനങ്ങൾ ഉല്പാദിപ്പിച്ചാൽ ഇറക്കുമതി കുറയ്ക്കാം; വിദേശനാണ്യം ലാഭിക്കാം; ഒപ്പം ഒരളവുവരെ ഊർജ്ജസുരക്ഷിതത്വവും നേടാം. അങ്ങനെ വിദേശ ആശ്രയത്വം കുറയ്ക്കാം.
3. കാട്ടാവണക്ക്, മധുക, കിഴങ്ങുവർഗ്ഗങ്ങൾ തുടങ്ങിയവയുടെ കൃഷി വളരെയേറെ തൊഴിലവസരങ്ങൾ സൃഷ്ടിക്കും, പ്രത്യേകിച്ച് ഗ്രാമപ്രദേശങ്ങളിൽ.
4. അന്തരീക്ഷ മലിനീകരണം ഗണ്യമായി കുറയ്ക്കാം.

6

കാറ്റിന്റെ ഊർജ്ജം

കാറ്റേ നീ വീശണമിപ്പോൾ

നെല്ലും പതിരും വേർതിരിക്കാൻ കർഷകർ കാറ്റിൽ തൂറ്റുന്നു. ചരിത്രത്തിൽ പായ്ക്കപ്പലുകളോടൊപ്പം സംസ്കാരങ്ങളും കാറ്റിന്റെ ശക്തിയിൽ ഒരിടത്തുനിന്ന് മറ്റൊരിടത്തേക്ക് ഒഴുകിയെത്തി. വിയർത്തൊലിച്ച ശരീരത്തിൽ കാറ്റ് ബാഷ്പീകരണം വേഗത്തിലാക്കി തണുപ്പിക്കുന്നു. കാറ്റിൽ നനച്ചിട്ട തുണികൾ വേഗം ഉണങ്ങുന്നു. പൂക്കളുടെ മണം കാറ്റടിച്ചു പരത്തുന്നു. കടൽക്കാറ്റും കരക്കാറ്റും നാം അറിയുന്നു. കടപ്പുറത്ത് കാറ്റുകൊള്ളാൻ പോകുന്നു. കത്രീനയും ടൊർനാഡോയും ചുഴലിക്കാറ്റുകളും ദുരന്തങ്ങൾ വിതയ്ക്കുന്നു. ചൂടിൽ വിശറികൾ ഉപയോഗിച്ച് കാറ്റുണ്ടാക്കി മനുഷ്യർ ആശ്വാസം കാണുന്നു. ചിലപ്പോൾ കാറ്റുവേണ്ടെന്നു ആഗ്രഹിക്കുന്നു. കാല്പനികതയിൽ, കാവ്യാത്മകമായി കരുതലിന്റെ വരികളായി തിരുനെല്ലൂർ പാടി

" കാറ്റേ നീ വീശരുതിപ്പോൾ
കാറേ നീ പെയ്യരുതിപ്പോൾ......."

എന്നാൽ കാറ്റിൽ നിന്ന് വൈദ്യുതിയുണ്ടാക്കുന്ന കാറ്റാടിപ്പാടങ്ങളെ നോക്കി ഇങ്ങനെ പാടാം

കാറ്റേ നീ വീശണമിപ്പോൾ
ഫാനേ നീ കറങ്ങണമിപ്പോൾ
കറണ്ടേ നീ ഒഴുകണമിപ്പോൾ
ബൾബേ നീ കത്തണമിപ്പോൾ
മിക്സീ നീ കറങ്ങണമിപ്പോൾ.............

അങ്ങനെ പ്രയോഗികതയുടെ പ്രതീക്ഷ.

"കതക് തുറന്നിടൂ കാറ്റ് കയറട്ടേ"

"കാറ്റും വെളിച്ചവും കൊള്ളാതെ സൂക്ഷിക്കുക" ചില സാധാരണ പ്രയോഗങ്ങൾ. കറണ്ടില്ലെങ്കിലും കാറ്റുകൊണ്ട് സുഖമായി കഴിയാനും ശുദ്ധവായു ശ്വസിച്ച് ആരോഗ്യകരമായി ജീവിക്കാനും വേണ്ടി ഗൃഹനിർമ്മാണത്തിൽ വാസ്തുവിദ്യ ഏറ്റവും പ്രാധാന്യം കൊടുക്കുന്നത് മുറികളിലെ പ്രകൃത്യായുള്ള കാറ്റിന്റെ പോക്കുവരവിനാണ്.

ഐലന്റ് എക്സ്പ്രസ് ദുരന്തം 'ടൊർനാഡോ' മൂലമെന്ന് റെയിൽവേ ഭാഷ്യം. എന്നാൽ കവികൾ ഇങ്ങനെയും പാടി.

"ആടിവാ കാറ്റേ, പാടിവാ കാറ്റേ
ആയിരം പൂക്കൾ നുള്ളിവാ"
(സുഗന്ധമുള്ളകാറ്റ്)
"കാറ്റുവന്നൂ കള്ളനെപ്പോലെ
കാട്ടുമുല്ലയ്ക്കൊരുമ്മ കൊടുത്തൂ കാമുകനെപ്പോലെ"
(കള്ളൻ, കാമുകൻ)
ആധുനികമായി,
"കൊഞ്ചി കൊഞ്ചി വിളിക്കുന്ന കാറ്റിനെ
മറക്കാൻ പൂവാങ്കുരുന്നിലയ്ക്കാകുമോ"
(മറക്കാനാവില്ല)

തണുപ്പായാലും ചൂടായാലും ഫാനിന്റെ കാറ്റില്ലാതെ ഉറങ്ങാൻ കഴിയാത്തവരുണ്ട്. കാറ്റ് മനസ്സിന്റെ നിശ്ചലതയകറ്റുന്നു. രാജ്യത്തിന്റെ കൊടിക്കൂറകൾ പാറുന്നത് കാറ്റുള്ളതുകൊണ്ടാണ്. കാറ്റടിച്ചില്ല. ഒരു ചില്ല പോലുമനങ്ങിയില്ല. ഒരു മരവിപ്പ്.

ചുഴലിക്കൊടുങ്കാറ്റ് വീശി.
ഏറെ ജീവനപഹരിച്ചു.

രാമച്ചവിശറി കൊണ്ട് വീശിയുണർത്തിയ കാറ്റിൽ വാസവദത്ത ഉപഗുപ്തനെ ഒരു നോക്കുകാണുവാൻ കാത്തിരുന്നു.

"കാറ്റടിച്ചു കൊടുംകാറ്റടിച്ചൂ
കായലിലെ വിളക്കുമരം കണ്ണടച്ചൂ"

അത്യന്താധുനിക വൈരുദ്ധ്യം :

മന്ദമാരുതൻ ആഞ്ഞ് വീശി
അശ്വാരൂഢനായ നായകൻ കാറിൽ നിന്നിറങ്ങി.

കാറ്റ് പുതുക്കപ്പെടുന്ന ഒരു ഊർജ്ജ സ്രോതസ്സാണ്. കാരണം കാറ്റ് ഉപയോഗിച്ചുകഴിഞ്ഞാൽ തീർന്നുപോകില്ല. കപ്പലോടിക്കാനും വിളക്കുമരം തെളിക്കാനുമെല്ലാം കാറ്റ് പ്രയോജനപ്രദമാണ്. വളരെ ഉയർന്ന സാങ്കേതികവിദ്യ ഉപയോഗിച്ച് തികച്ചും ആകർഷകമായ കാറ്റാടി വഴി കാറ്റിനെ പുതുക്കപ്പെടുന്ന ഊർജ്ജസ്രോതസ്സായി ഉപയോഗിക്കാൻ അനായാസം കഴിയുന്നു. ഹെലികോപ്റ്ററിന്റെ പങ്കകൾ, കപ്പലിന്റെയും ബോട്ടിന്റെയും പ്രൊപ്പെല്ലറുകൾ തുടങ്ങിയവയുടെ രൂപകല്പന വഴി ആധുനിക ശാസ്ത്രം കാറ്റിനെ മെരുക്കി കാര്യക്ഷമ

മായി ഉപയോഗിക്കുന്നു. ഇന്ത്യയിലെ മിക്കസംസ്ഥാനങ്ങളിലും വ്യാപകമായ രീതിയിൽ കാറ്റിൽ നിന്ന് വൈദ്യുതി ഉല്പാദിപ്പിക്കുന്നു. കേരളത്തിൽ പാലക്കാട്ടുള്ള കോട്ടമലയിലും കഞ്ചിക്കോടും തമിഴ്നാട്ടിലെ നാഗർകോവിലിലും കാറ്റാടിപ്പാടങ്ങൾ ഉണ്ട്. അടുത്ത പത്ത് വർഷങ്ങൾ കഴിയുമ്പോൾ ആണവോർജ്ജത്തെക്കാൾ കൂടുതൽ കാറ്റിൽ നിന്നുള്ള ഊർജ്ജമാകും ലഭ്യമാകുന്നതെന്ന് പ്രവചനമുണ്ട്. കാറ്റാടി ഉപയോഗിച്ച് വളരെ പണ്ടുമുതൽക്കേ വെള്ളം പമ്പ് ചെയ്യുന്ന രീതി നിലവിലുണ്ടായിരുന്നു. വിൻഡ്മിൽ കാർഷികാവശ്യങ്ങൾക്ക് ഇപ്പോഴും ഫലപ്രദമായി ഉപയോഗിക്കുന്നുണ്ട്. പുതുക്കപ്പെടുന്ന ഊർജ്ജസ്രോതസ്സിൽ വളരെ കൂടുതൽ ഊർജ്ജം ലഭ്യമാകുന്നത് കാറ്റിൽ നിന്നാണ്.

ഇന്ത്യയിൽ ഏതാണ്ട് 45000 മെഗാവാട്ട് വൈദ്യുതി കാറ്റിൽ നിന്ന് ഉല്പാദിപ്പിക്കാൻ കഴിയുമെന്ന് കണക്കാക്കിയിരിക്കുന്നു. അതിൽ ഏകദേശം 5000 മെഗാവാട്ട് ശക്തിയേ ഇതുവരെ നേടാനായിട്ടുള്ളു. തീവ്രശ്രമങ്ങൾ തുടർന്നാൽ വളരെ കുറഞ്ഞ കാലയളവുകൊണ്ട് ഈ നേട്ടം കൈവരിക്കാനാകും. കാറ്റിൽ നിന്നുള്ള വൈദ്യുതി ഒരു തരത്തിലും മലിനീകരണമുണ്ടാക്കുന്നില്ല. ആഗോളതപനത്തിടവരുത്തില്ല. കാറ്റിൽ നിന്ന് വൈദ്യുതി ഉല്പാദിപ്പിക്കുന്നത് വളരെ കാര്യക്ഷമമായ രീതിയിലാണ്.

കാറ്റാടി

ഒരു ടവറിന്റെ മുകളിൽ ഘടിപ്പിച്ചിരിക്കുന്ന ടർബൈന്റെ പങ്കകൾ കാറ്റിൽ കറങ്ങുന്നു. ഇതിനെ റോട്ടർ എന്നും വിളിക്കും. ഇതു ബന്ധിപ്പിച്ചിരിക്കുന്ന ജനറേറ്റർ കറങ്ങി വൈദ്യുതി ഉല്പാദിപ്പിക്കുന്നു. ജലവൈദ്യുത പദ്ധതിയിൽ ചീറിപ്പാഞ്ഞുവരുന്ന വെള്ളം ടർബൈൻ കറക്കി ജനറേറ്ററിൽ നിന്ന് കറണ്ടുതരുന്നു. ഇവിടെ കാറ്റാടിയിൽ സഞ്ചരിക്കുന്ന വായു അതായത് കാറ്റ് ടർബൈൻ കറക്കുന്നു. ഒഴുകുന്ന വെള്ളത്തിനുപകരം കാറ്റ്. കുട്ടികൾ കടലാസ്മടക്കിയുണ്ടാക്കിയ പമ്പരം ഈർക്കിലിൽ ചേർത്തുപിടിച്ച് ഓടുമ്പോൾ പമ്പരം കറങ്ങുന്നു. കാറ്റാടിയിൽ കാറ്റുവന്നടിച്ച് കറങ്ങുന്നു. കാറ്റാടി കൊണ്ട് ഓടി കുട്ടികൾ ആഹ്ലാദിക്കുന്നു. ജനറേറ്റർ ഘടിപ്പിച്ച കാറ്റാടിയിൽ നിന്ന് വൈദ്യുതി കിട്ടുന്നു. പങ്കകളും ജനറേറ്ററും ചേർന്ന യൂണിറ്റിനെ നസല്ലേ (nacelle) എന്നു വിളിക്കുന്നു. ഇതാണ് കാറ്റാടിക്കഴയുടെ മുകളിൽ വച്ചിരിക്കുന്നത്.

സാങ്കേതികമായി മികവും അല്പം സങ്കീർണ്ണതകളുമുള്ളതുമാണ് ആധുനിക കാറ്റാടികൾ.

ഫാനിന്റെ 3 പങ്കകൾ (blades) പോലെ തന്നെ 3 പങ്കകൾ കാറ്റിൽപ്പെട്ട് കറങ്ങും. ഇത് വൈദ്യുത ജനറേറ്ററിലേക്ക് നേരിട്ടോ ഗിയർ ബോക്സ് വഴിയോ ബന്ധിപ്പിച്ചിരിക്കും. ജനറേറ്ററും മറ്റ് ഇലക്ട്രിക്കൽ ഉപകരണങ്ങളും നസല്ലേയിൽ ബന്ധിപ്പിച്ചിരിക്കും. ഇതിലെ

കാറ്റാടി ഫാം

സെൻസർ ടർബൈനെ തിരിച്ച് കാറ്റിന് അഭിമുഖമാക്കി നിർത്തും. സെൻസർ കാറ്റിന്റെ ദിശയറിഞ്ഞ് ടവർ ഹെഡ്ഡിനെ തിരിച്ചുകൊള്ളും. കാറ്റിന്റെ വേഗത അനുസരിച്ച് പവർ ഉല്പാദനം നിയന്ത്രിച്ചുകൊള്ളും. വിൻഡ് ഇലക്ട്രിക് ജനറേറ്ററുകൾ (WEGs) അഥവാ വെഗ്ഗുകൾ 25 മുതൽ 80 മീറ്റർ വരെ ഉയരമുള്ള കഴകളിൽ സ്ഥാപിക്കുന്നു. പങ്കകളുടെ വ്യാസം 30 മുതൽ 90 മീറ്റർ വരെ ആകാം. ഇതിന്റെ ശേഷി 225 കിലോവാട്ട് മുതൽ 2 മെഗാവാട്ട് വരെയാകാം. ഇതിന് 2.5 മീറ്റർ പ്രതി സെക്കന്റ് മുതൽ 25 മീറ്റർ പ്രതി സെക്കന്റുവരെയുള്ള കാറ്റിന്റെ വേഗതയിൽ പ്രവർത്തിക്കാനാവും.

ഒരു പ്രദേശത്തെ ഒന്ന് രണ്ട് വർഷം തുടർച്ചയായുള്ള 'കാറ്റുവിവരം' അപഗ്രഥിച്ച് വെഗ്ഗുകൾ പിടിപ്പിക്കാം. നടപ്പാക്കാൻ കഴിയുമെന്ന് കണ്ടാൽ മൂന്ന് നാല് മാസത്തിനകം പദ്ധതി യാഥാർത്ഥ്യമാക്കാം. മിക്ക കമ്പനികളും 'ആഫ്റ്റർ സെയിൽസ് സർവ്വീസ്' നല്കുന്നവരാണ്. ഉപകരണത്തിന്റെ നിലവാരം പ്രവർത്തനഫലം, പ്രവർത്തനശേഷി ഇതെല്ലാം നിരീക്ഷണത്തിനും വിലയിരുത്തലിനും വിധേയമാണ്. ലോകവ്യാപകമായി വിൻഡ്പവർ പുതുക്കപ്പെടുന്ന ശക്തമായ ഊർജ്ജസ്രോതസ്സായി നടപ്പിലാക്കി വരുന്നു. കേരളത്തിൽ ഏകദേശം 1000 മെഗാവാട്ട് ഉല്പാദന സാധ്യത കണക്കാക്കിയിട്ടുണ്ട്. ഇതിൽ വെറും 2 മെഗാവാട്ട് മാത്രമേ നേടിയിട്ടുള്ളൂ. ബഹുദൂരം മുന്നോട്ട് പോകേണ്ടിയിരിക്കുന്നു.

ഇന്ത്യയിലെ ചില പ്രധാനപ്പെട്ട കാറ്റാടിപ്പാടങ്ങൾ ഇനി പറയുന്നവയാണ്. ഗുജറാത്തിലെ ഓഖാ വിൻഡ് ഫാം, മാണ്ഡ്വി, തമിഴ്നാ

ട്ടിലെ കയതാർ, തൂത്തുക്കുടിയിലെ കാറ്റാടി തുടങ്ങിയവ. 2020 ആകുമ്പോഴേക്കും ലോകത്തിലെ വൈദ്യുതി ഉല്പാദനത്തിൽ 17% കാറ്റുവഴി നേടാനും അന്തരീക്ഷത്തിലേക്ക് കടക്കുന്ന കാർബൺ ഡൈഓക്സൈഡിന്റെ അളവ് മൂന്നിലൊന്നായി കുറയ്ക്കാനും കഴിയുമെന്ന് ഗ്രീൻപീസ് ഇന്റർനാഷണലും ഗ്ലോബൽ വിൻഡ് എനർജ്ജി കൗൺസിലും നടത്തിയ പഠനത്തിൽ പറയുന്നു. ഇനി അല്പം ചരിത്രം.

1891–ൽ പോൾ ലാ കോർ എന്ന ശാസ്ത്രജ്ഞനാണ് വിൻഡ് ടർബൈൻ ഉപയോഗിച്ച് വൈദ്യുതി ഉല്പാദിപ്പിച്ചത്. അതിനുശേഷം ഒരുപാട് മാറ്റങ്ങൾ വരുത്തുകയും പ്രവർത്തനക്ഷമത കൂട്ടുകയും ചെയ്തു. 70 കളിലെ ഊർജ്ജപ്രതിസന്ധിയിലാണ് വിൻഡ് ടർബൈനുകൾ വ്യാപകമായി ഉപയോഗിച്ച് തുടങ്ങിയത്. 90–കളിൽ 300 കിലോവാട്ട് ശക്തിയുള്ള 30 മീറ്റർ റോട്ടർ വ്യാസമുള്ള വിൻഡ് ടർബൈനുകൾ പ്രചാരത്തിലായി. കഴിഞ്ഞ നൂറ്റാണ്ടവസാനമായപ്പോഴേക്കും 1500 കിലോവാട്ട് ശേഷിയുള്ള വിൻഡ് ടർബൈനുകൾ വ്യാപകമായി ഉപയോഗിക്കാൻ തുടങ്ങി. ഇതിന്റെ റോട്ടർ വ്യാസം 70 മീറ്ററാണ്. ഇപ്പോൾ 5 മെഗാവാട്ട് ശക്തിയുള്ള വിൻഡ് ടർബൈനുകൾ വിപണിയിൽ ലഭ്യമാണ്.

മേന്മകൾ

1. പുതുക്കപ്പെടുന്ന ഊർജ്ജസ്രോതസ്സാണ്.
2. രണ്ടോ മൂന്നോ മാസം കൊണ്ട് സ്ഥാപിക്കാം. 10 മുതൽ 20 വരെ മെഗാവാട്ടുള്ള യൂണിറ്റ് കൂടിയാൽ 6 മാസം മതിയാകും പ്രവർത്തനസജ്ജമാക്കാൻ.
3. മൂലധനം കൂടുതൽ വേണമെങ്കിലും പ്രവർത്തന ചെലവ് തീരെ കുറവാണ്.
4. മികച്ച സാങ്കേതികവിദ്യ ലഭ്യമാണ്. പരാജയസാധ്യത തീരെകുറവ്.
5. മലിനീകരണമുണ്ടാക്കുന്നില്ല. ഭേദപ്പെട്ട രീതിയിൽ കാറ്റ് ലഭിക്കുന്ന സ്ഥലത്ത് സ്ഥാപിച്ചിരിക്കുന്ന 250 കിലോവാട്ട് വെഗ്ഗിൽ നിന്ന് ഏകദേശം 600 മെഗാവാട്ട് ഊർജ്ജം പ്രതിവർഷം കിട്ടും. ഇതേ അളവ് ഊർജ്ജം തെർമൽ പ്ലാന്റിൽ നിന്നാണെങ്കിൽ 250 ടൺ കൽക്കരി കത്തിച്ച് 800 ടൺ കാർബൺ ഡൈഓക്സൈഡ് അന്തരീക്ഷത്തിലേക്ക് പുറന്തള്ളേണ്ടിവരും.

വൈദ്യുതപവർ ലഭിക്കുന്നത് ഇനി പറയുന്ന ഘടകങ്ങളെ ആശ്രയിച്ചാണ്.

1. കാറ്റിന്റെ വേഗത 10 മീറ്റർ പ്രതിസെക്കന്റ് നല്ല ഫലം തരും.
2. വായുവിന്റെ സാന്ദ്രത കൂടിയിരുന്നാൽ കൂടുതൽ പവർ ലഭ്യമാകും. കുന്നിൻ പുറത്തേതിനേക്കാൾ മെച്ചം സമുദ്രനിരപ്പിലുള്ള സ്ഥലങ്ങളാണ്. കാരണം, വായുവിന്റെ കൂടിയ സാന്ദ്രത.

3. റോട്ടർവ്യാസം കൂടുന്നതനുസരിച്ച് പവർ കൂടും, എങ്കിലും ഒരു പരിധിയിൽ കൂടാറില്ല.
4. ഒരു പ്രദേശത്തിന് അനുയോജ്യമായ ഉയരം ടവറിന് തീരുമാനിച്ച് രൂപകല്പന ചെയ്യുന്നു.
5. ഒരു കാറ്റാടിപ്പാടത്തെ ആകെ വിസ്തീർണ്ണം, ടർബൈനുകളുടെ എണ്ണം, കാറ്റിന്റെ വേഗത തുടങ്ങിയ കാര്യങ്ങൾ അനുസരിച്ച് വിൻഡ് ടർബൈനുകൾ തമ്മിലുള്ള അകലം തീരുമാനിക്കും

ഇന്ത്യയിൽ 1986 – ൽ തമിഴ്നാട്ടിലെ തൂത്തുക്കുടിയിലായിരുന്നു ആദ്യ പദ്ധതി ആരംഭിച്ചത്. രാജ്യത്തെ ഒൻപത് സംസ്ഥാനങ്ങളിലായി 33 കേന്ദ്രങ്ങളിൽ പ്രദർശനാടിസ്ഥാനത്തിൽ ഏകദേശം 70 മെഗാവാട്ട് വൈദ്യുതി ഉല്പാദിപ്പിക്കുന്നു. ഈ മേഖലയിൽ സ്വകാര്യപങ്കാളിത്തം ശ്രദ്ധേയമാണ്. ജർമ്മനി, സ്പെയിൻ, അമേരിക്ക എന്നീ രാജ്യങ്ങൾ കഴിഞ്ഞാൽ ഇന്ത്യയാണ് കാറ്റിൽനിന്ന് ഊർജ്ജമുണ്ടാക്കുന്നതിൽ മുന്നിൽ. 2007 മാർച്ചിൽ നമ്മുടെ രാജ്യത്തെ കാറ്റിൽനിന്നുള്ള ഊർജ്ജശേഷി 7100 മെഗാവാട്ടാണ്. ഇതിൽ പകുതിയും തമിഴ്നാട്ടിൽ നിന്നുതന്നെ. കേരളത്തിൽ 2 മെഗാവാട്ട് മാത്രം. ആണവോർജ്ജത്തേക്കാൾ കൂടുതലാണിത്. ഒരു വ്യത്യാസമുള്ളത് കാറ്റിൽ നിന്ന് ഇത്രയും തന്നെ എപ്പോഴും ലഭ്യമല്ല എന്നുള്ളതാണ്. കാറ്റിൽ നിന്നുള്ള ഊർജ്ജം ഫലപ്രദമായി നേടാനായി ചെന്നൈയിൽ സെന്റർ ഫോർ വിൻഡ് എനർജി ടെക്നോളജി കേന്ദ്രമന്ത്രാലയം (എം എൻ ആർ ഇ) സ്ഥാപിച്ചു പ്രവർത്തിച്ചു വരുന്നു.

അടുത്ത പത്ത് വർഷത്തിനകം 250 മെഗാവാട്ട് വൈദ്യുതി കാറ്റിൽ നിന്ന് ഉല്പാദിപ്പിക്കാമെന്നാണ് കേരള വിദ്യുച്ഛക്തി ബോർഡ് പ്രതീക്ഷിക്കുന്നത്.

7

സൗരോർജ്ജം

ആവാസവ്യവസ്ഥകളിലെ പ്രാഥമിക ഊർജ്ജസ്രോതസ്സാണ് സൂര്യൻ. സൂര്യനെ ആരാധിക്കുന്നവരുണ്ട്. സൂര്യനമസ്കാരത്തിൽ നിന്ന് ദിനചര്യകൾ ആരംഭിക്കുന്നവരുണ്ട്. ഭൂമധ്യരേഖാ പ്രദേശങ്ങളിൽ വർഷത്തിൽ ഒട്ടുമിക്ക ദിവസങ്ങളിലും തെളിഞ്ഞ ആകാശത്തിലൂടെ നിർലോഭമായി, വിലകൊടുക്കാതെ, ആരുടേയും അനുമതി ആവശ്യമില്ലാതെ ലഭ്യമാകുന്ന ഒന്നാണ് സൗരോർജ്ജം. തണുപ്പുള്ള ദിവസങ്ങളിൽ ചിലരുടെ ദിവസം ആരംഭിക്കുന്നതു തന്നെ അല്പം വെയിൽ കാഞ്ഞിട്ടാണ്. ചില നാടുകളിൽ അതു കുറച്ചുകൂടി ദീർഘിപ്പിച്ച് ആസ്വാദ്യകരമായ സൂര്യസ്നാനം നടത്തുന്നവരുമുണ്ട്. സൂര്യദർശനം നടത്തുന്നവരുടെ എണ്ണവും കൂടിവരുന്നുണ്ട്. നമ്മുടെ രാജ്യത്തുതന്നെ സൂര്യാഘാതമേറ്റ് ശരീരകോശങ്ങളിലെ ജലാംശം നഷ്ടപ്പെട്ട് മനുഷ്യർ മരണമടയാറുണ്ട്.

മനുഷ്യർ പണ്ടുകാലം മുതലേ സൗരതാപം നേരിട്ട് പ്രയോജനപ്പെടുത്തുന്നുണ്ടായിരുന്നു. എന്നാൽ സൗരോർജ്ജം നേരിട്ട് വൈദ്യുതോർജ്ജമാക്കി മാറ്റാനുള്ള വിദ്യ ഏതാണ്ട് 50 വർഷങ്ങൾക്കുമുമ്പാണ് സ്വായത്തമാക്കിയത്. അതും ഉപഗ്രഹങ്ങളുടെ ഊർജ്ജാവശ്യങ്ങൾക്ക്. എങ്കിലും പ്രകാശത്തെ വൈദ്യുതോർജ്ജമാക്കി മാറ്റുന്ന ഫോട്ടോഇലക്ട്രിക് പ്രഭാവം 100 വർഷങ്ങൾക്ക് മുമ്പ് തന്നെ കണ്ടെത്തിയിരുന്നു. രണ്ടു മാർഗ്ഗങ്ങളിലാണ് നമ്മൾ സൗരോർജ്ജത്തെ പ്രയോജനപ്പെടുത്തുന്നത്. ഒന്ന്, സൗരോർജ്ജത്തിലടങ്ങിയ താപം (വികിരണ താപം) നേരിട്ട് ഉപയോഗപ്പെടുത്തുക. രണ്ട്, സൗരോർജ്ജത്തെ ഇലക്ട്രോണിക് ഉപകരണങ്ങളുടെ സഹായത്താൽ നേരിട്ട് വൈദ്യുതോർജ്ജമാക്കി മാറ്റുക. ഇതിനെ ഫോട്ടോവോൾട്ടെയിക് പരിവർത്തനം എന്നു പറയുന്നു. ഇത് നിർവഹിക്കുന്ന സെമികണ്ടക്ടർ ഉപകരണത്തെ ഫോട്ടോവോൾട്ടെയിക്

സെൽ (പി.വി.സെൽ) അഥവാ സോളാർ സെൽ എന്നു വിളിക്കുന്നു. പ്രായോഗികമായി ഒത്തിരി സോളാർ സെല്ലുകൾ ചേർന്ന യൂണിറ്റാണ് ഉപയോഗിക്കുന്നത്. ഇതിനെ സോളാർ പാനലെന്നും മൊഡ്യൂളെന്നും വിളിക്കും. സൗരവിളക്കുകൾ തെളിക്കാനായി സോളാർ പാനലുകൾ സൂര്യനഭിമുഖമായി വെച്ചിരിക്കുന്നത് എല്ലാവരും കണ്ടിട്ടുണ്ടാവും. ഇതിന്റെ വളരെ ചെറിയ പതിപ്പ് കാൽക്കുലേറ്ററിൽ വെച്ചിരിക്കുന്നതും കണ്ടിട്ടുണ്ടാകും. മുകളിൽ പറഞ്ഞ രണ്ടു രീതികളെപ്പറ്റി പ്രതിപാദിക്കാം.

സൗരതാപം

നേരത്തേ സൂചിപ്പിച്ചതുപോലെ ചരിത്രാതീതകാലം മുതലേ മനുഷ്യർ വെയിൽ കാഞ്ഞും വെയിലിൽ നിന്ന് മാറി നടന്നും ജീവിച്ചിട്ടുണ്ട്. കടുത്ത വെയിലിലും അസ്തമയശേഷവും മനുഷ്യരും മറ്റുജീവജാലങ്ങളും വിശ്രമിക്കാറാണ് പതിവ്. നിത്യജീവിതത്തിൽ ഒരുപാട് കാര്യങ്ങൾക്കായി സൗരതാപത്തെ ആശ്രയിക്കുന്നു. പ്രത്യേകിച്ച് ഗ്രാമീണർ. കഴുകിയിട്ട വസ്ത്രങ്ങൾ, വിറക്, തടി, ധാന്യങ്ങൾ, മുളക്, മല്ലി, പലവ്യഞ്ജനങ്ങൾ, കൊപ്രാ, മത്സ്യമാംസാദികൾ, പപ്പടം, പായസത്തിനുള്ള അട, വിത്ത് എന്നിങ്ങനെ പലതും ഉണക്കുന്നത് സൂര്യതാപത്തിലാണ്.

ഭൂമിയുടെ ഊർജ്ജ ബഡ്ജറ്റ്

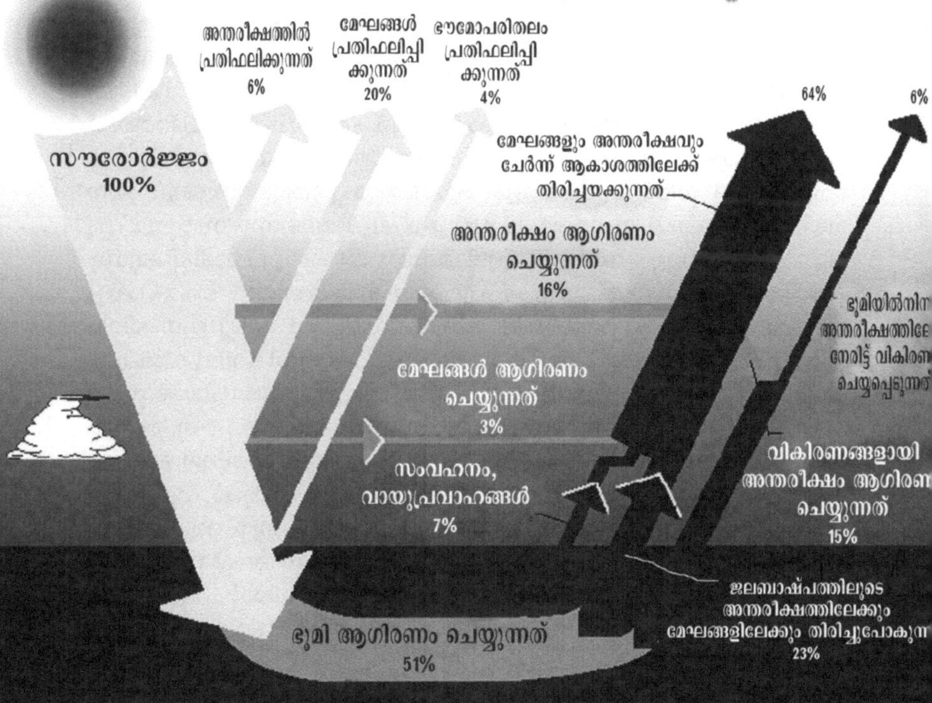

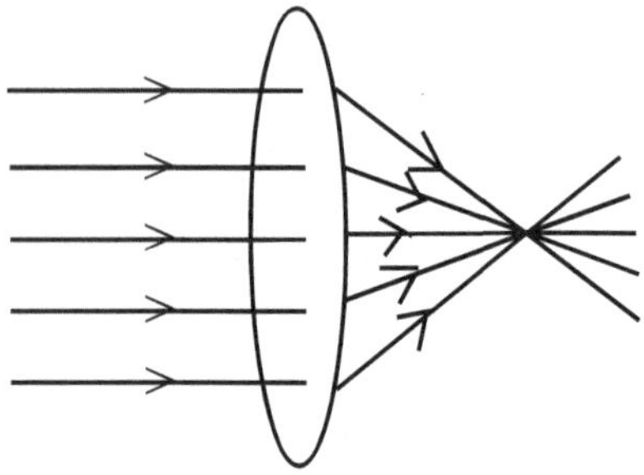

ലെൻസ് താപവികരണങ്ങളെ ഒരു ബിന്ദുവിലേക്ക് ഫോക്കസ് ചെയ്യുന്നു

വളരെ പ്രധാനപ്പെട്ട ഒന്നാണ് ഉപ്പളങ്ങൾ. ഉപ്പുവെള്ളം സൂര്യതാപത്തിൽ വറ്റിച്ചാണ് ഉപ്പുണ്ടാക്കുന്നത്, ഉദാഹരണം ധനുഷ്കോടി, തൂത്തുക്കുടി തുടങ്ങിയ ഉപ്പളങ്ങൾ. രണ്ടായിരം വർഷങ്ങൾക്ക് മുമ്പ് ആർക്കിമിഡീസ് ദർപ്പണങ്ങളുപയോഗിച്ച് സൂര്യതാപം ഫോക്കസ് ചെയ്ത് ശത്രുക്കളുടെ കപ്പൽ കത്തിച്ചു കളഞ്ഞതായി വായിച്ചിട്ടുണ്ടാകും. പതിനെട്ടാം നൂറ്റാണ്ടിൽ ലെൻസുകളും ദർപ്പണങ്ങളുമുപയോഗിച്ച് ലോഹങ്ങൾ ഉരുക്കിയിരുന്നു. 1860 ൽ സൂര്യതാപം ഉപയോഗിച്ച് വെള്ളം തിളപ്പിച്ചിരുന്നു. മെക്സിക്കോയിലെ സാൻഡിയായിൽ പ്രവർത്തിക്കുന്ന സൗരചൂളയിൽ ഏതാണ്ട് 1650 ഡിഗ്രി സെൽഷ്യസ് വരെ ഊഷ്മാവ് ലഭിക്കും. കഴിഞ്ഞ നൂറ്റാണ്ടിന്റെ ആരംഭത്തിൽ സോളാർ വാട്ടർ ഹീറ്ററുകൾ പ്രചാരത്തിൽ വന്നു. സോളാർ എയർ കണ്ടീഷനിംഗ്, സോളാർ റെഫ്രിജറേഷൻ, ഉപ്പുവെള്ളത്തിൽ നിന്ന് കുടിവെള്ളം ശുദ്ധീകരിച്ചെടുക്കുക തുടങ്ങി അനവധി ആവശ്യങ്ങൾ സൗരതാപം വഴി മനുഷ്യർ നേടുന്നു. സൗരതാപമുപയോഗിച്ച് വെള്ളം നീരാവിയാക്കി വൈദ്യുതിയും ഉല്പാദിപ്പിക്കുന്നു. വെയിലിൽ നിന്ന് ഇത്രയൊക്കെ എങ്ങനെ സാധിക്കുന്നു? കൊപ്രായും വിറകും നെല്ലും പപ്പടവുമൊക്കെ നേരിട്ട് വെയിലിൽ വെച്ച് ഉണക്കിയെടുക്കാം. എന്നാൽ മറ്റു പല കാര്യങ്ങളും സാങ്കേതികവിദ്യകളിലൂടെ മാത്രമേ സാധ്യമാകൂ. ഏറ്റവും പ്രധാനമായിട്ടുള്ള തത്ത്വം ഫോക്കസിങ്ങ് ആണ്. ഒരു വലിയ പ്രതലത്തിൽ വീഴുന്ന സൗരതാപത്തെ ഒരു ചെറിയ വിസ്തീർണ്ണത്തിലേക്ക്, ചിലപ്പോൾ ഒരു ബിന്ദുവിലേക്ക് ഒതുക്കി കൊണ്ടുവരുന്നു. അതുവഴി ഉയർന്ന ഊഷ്മാവ് ലഭ്യമാകും. നമുക്ക് ഏവർക്കും പരിചയമുള്ള ഒന്നാണ് ഇനി പറയാൻ പോകുന്നത്. ചെറിയ ഒരു കഷണം പഞ്ഞിയിലേക്ക് സൂര്യപ്രകാശം ഒരു കോൺവെക്സ് ലെൻസ് ഉപയോഗിച്ച് ഫോക്കസ് ചെയ്യുന്നു. പഞ്ഞി കത്തുന്നു. ലെൻസിന്റെ പ്രതലത്തിൽ ആകമാനം വീണ പ്രകാശമെല്ലാം കൂടി ഫോക്കസ് എന്നു പറയുന്ന

ബിന്ദുവിലേക്ക് ഒന്നിച്ചു കൂടി. അങ്ങനെ പഞ്ഞി ജ്വലിക്കാൻ വേണ്ടുന്ന ഊഷ്മാവ് ലഭ്യമാകുന്നു.

ലെൻസ് ഉപയോഗിച്ച് സൂര്യന്റെ താപവികിരണങ്ങൾ ഫോക്കസ് ചെയ്ത് പാചകം ചെയ്യാനോ വെള്ളം തിളപ്പിക്കാനോ പ്രയാസമാണ്. കാരണം ഒന്ന്, ലെൻസിലെ പ്രതലവിസ്തീർണ്ണം കുറവാണ്. രണ്ട്, വില കൂടുതലാണ്. അതുമല്ല, പൊട്ടിപ്പോകാം. ലെൻസ് ഉപയോഗിക്കുന്ന ഉപകരണങ്ങളുടെ വിലയും കൂടും. പകരം തിളങ്ങുന്ന പ്രതലം മതി. എളുപ്പത്തിൽ കിട്ടുന്നത് ലോഹത്തകിടാണ്. അലൂമിനിയം ഫോയിൽ ആയാലും മതി. ഈ പ്രതലം താപവികിരണത്തെ പ്രതിഫലിപ്പിക്കും. വന്നുവീഴുന്ന താപവികിരണങ്ങളെ ഫോക്കസ് ചെയ്യണമെങ്കിൽ ഈ പ്രതലം കഞ്ഞിക്കോപ്പ പോലെ, ഗോളത്തിന്റെ ഭാഗം പോലെ വളച്ച് വെയ്ക്കണം. ഇതിനെ ഗോളീയദർപ്പണം (spherical mirror) എന്നു വിളിക്കുന്നു.

ഈ ഭാഗം ഒരു ഗോളത്തിന്റെ ഭാഗമായി കണക്കാക്കാം. ആ ഗോളത്തിന്റെ കേന്ദ്രത്തിലേക്കുള്ള ദൂരത്തിന്റെ പകുതിയിലാണ് ഫോക്കസ് ദൂരം. അങ്ങനെ ഈ ഗോളീയദർപ്പണത്തിൽ വീഴുന്ന സൗരകിരണങ്ങൾ പ്രതിഫലനശേഷം ഫോക്കസ്സിൽ കൂടി കടന്നു പോകുന്നു. ഫോക്കസ്സിൽ വയ്ക്കുന്ന പദാർത്ഥങ്ങൾ ചൂടാകുന്നു. പാചകവും ചെയ്യാം. പക്ഷേ ഗോളീയദർപ്പണത്തിന്റെ വലിപ്പം കൂടിയാൽ പ്രതിഫലനകിരണങ്ങൾ ഒരു ബിന്ദുവിൽ ഫോക്കസ് ചെയ്യില്ല. ഇതിന് വളരെ നല്ല പരിഹാരമുണ്ട്. വളച്ചുവെച്ച പ്രതലത്തിന്റെ ആകൃതി ഡിഷ് ആന്റിനയുടേതു പോലെയാക്കിയാൽ മതി. അതായത് പ്രതലം പരാബൊളോയിഡ് ആയിരിക്കണം. ഒരു ബക്കറ്റിൽ കുറച്ചു വെള്ളം എടുത്ത് കൈകൊണ്ട് നല്ലവണ്ണം വട്ടത്തിൽ കറക്കിയാൽ കിട്ടുന്ന വെള്ളത്തിന്റെ ഉപരിതല ആകൃതിയും ഡിഷ് ആന്റിനയുടെ ഉൾഭാഗവും ഒരുപോലെയാണ് (പരാബൊളിക്) ചിത്രം 2 കാണൂ. ഏറ്റവും ശ്രദ്ധേയമായ കാര്യം ഇതാണ്. എത്ര വലിയ

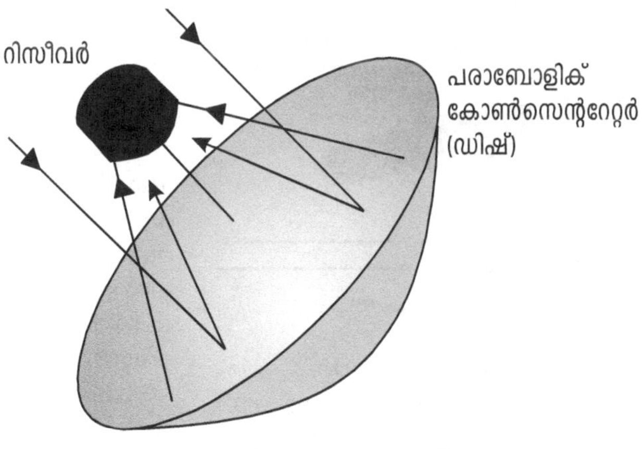

ഡിഷ് കോൺസന്ററേറ്റ്

പരാബൊളിക് പ്രതലമായാലും പ്രതിഫലനശേഷം സൗരവികിരണം ഒരു ബിന്ദുവിൽ ഫോക്കസ് ചെയ്യും. അതുകൊണ്ടാണ് ഡിഷ് ആന്റിനയുടെയും വലിയ ടെലിസ്കോപ്പിന്റെയും പ്രതലം പരാബൊളിക് ആകൃതിയിലാക്കിയിരിക്കുന്നത്. ഇപ്രകാരം, ഈ പ്രതലത്തിൽ ആകെ വന്നു വീഴുന്ന സൗരോർജ്ജം ഒരു ബിന്ദുവിൽ ഫോക്കസ് ചെയ്യപ്പെടുന്നു. ഫോക്കസിൽ പഞ്ഞിയോ മറ്റു വസ്തുക്കളോ വെച്ചാൽ കത്തിയെരിയും. കഞ്ഞി വെക്കാം, കേക്ക് ഉണ്ടാക്കാം. പ്രകാശത്തെപ്പോലെയാണ് താപവികിരണങ്ങളും പെരുമാറുന്നത്. ഓപ്ടിക്സിലെ നിയമങ്ങൾ രണ്ടിനും ഒന്ന് തന്നെ. കുറെയേറെ പരാബൊളിക് പ്രതലങ്ങൾ ഒരു നിരയായി വെയ്ക്കുന്നുവെന്നു കരുതുക. എല്ലാത്തിന്റെയും ഫോക്കസ് ഒരു ലൈനിൽ ആണെങ്കിൽ, ആ ലൈനിൽ ഒരു പൈപ്പിലൂടെ വെള്ളം കടത്തിവിട്ടാൽ ചൂടാകും. ചിത്രം കാണുക.

സോളാർ കളക്റ്റേഴ്സിന്റെ ചിത്രം ശ്രദ്ധിക്കുക. ഒരു വിസ്തൃതമായ സ്ഥലത്ത് പതിക്കുന്ന സൗരവികിരണങ്ങളെ പൈപ്പിലൂടെ കടന്നുപോകുന്ന വെള്ളത്തിലേക്ക് ഫോക്കസ് ചെയ്ത് ചൂടാക്കി, വേണ്ടി വന്നാൽ നീരാവിയാക്കി വൈദ്യുതി ഉല്പാദിപ്പിക്കാം. ഇപ്രകാരം സൗരതാപം പ്രയോജനപ്പെടുത്തുന്നതിൽ ഉൾപ്പെട്ടിരിക്കുന്ന തത്ത്വമിതാണ്. പരാബൊളിക് പ്രതലങ്ങൾ ഉപയോഗിച്ച് അത്രയും സ്ഥലത്തെ സൗരവികിരണങ്ങൾ ഒരു ചെറിയ ഭാഗത്ത് ഫോക്കസ് ചെയ്ത് ഉയർന്ന ഊഷ്മാവ് ഉണ്ടാക്കുക. അത്ര കൃത്യമല്ലെങ്കിലും എളുപ്പം ചെയ്യാവുന്നതിതാണ്. ഒരു മെറ്റൽ ഷീറ്റ് പരാബൊളയുടെ ആകൃതിയിൽ വളച്ചെടുക്കുന്നു. അതായത് ഷീറ്റിന്റെ പരിഛേദം പരാബൊളിക് ആയിരിക്കും. ഇത് ഏകദേശം നല്ല ഫലം തരും. ചിത്രം 3 കാണുക. സൗരവികിരണങ്ങൾ പതിക്കുന്നതിന്റെ ദിശ മെല്ലെ മാറിക്കൊണ്ടിരിക്കും. അതിനനുസരിച്ച് റിഫ്ളെക്ടറുകളുടെ ദിശ അതിനനുസരിച്ച് മാറ്റണം. ഇത് നമുക്ക് തന്നെ ചെയ്യാവുന്നതേയുള്ളൂ. പക്ഷേ വലിയ ക്രമീകരണങ്ങളിൽ പ്രകാശം സെൻസ് ചെയ്ത് യന്ത്രസഹായത്താൽ ഓട്ടോമാറ്റിക് ആയിട്ട് റിഫ്ളക്ടറുകളുടെ ദിശ മാറ്റാവുന്നതാണ്.

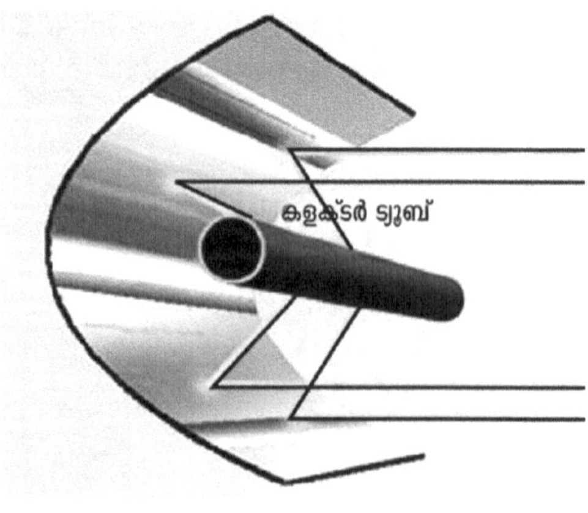

സൗരവികിരണങ്ങളെ പരാബൊളിക് (പരിഛേദം) ദർപ്പണം ഉപയോഗിച്ച് ഫോക്കസ് ചെയ്ത് പൈപ്പിലെ വെള്ളം ചൂടാക്കുന്നു.

ചിമ്മിനിയിൽ ഒരു ദർപ്പണം വെച്ച് അടുക്കളയ്ക്കുള്ളിലേക്ക് സൗരവികിരണം കടത്തിവിട്ട് പാചകം ചെയ്യാൻ കഴിയുന്ന സോളാർ തെർമൽ കുക്കറുകൾ വിപണിയിൽ ലഭ്യമാണ്. തിരുപ്പതിക്ഷേത്രത്തിനോടനുബന്ധിച്ചുള്ള സോളാർ തെർമൽ യൂണിറ്റ് ഏവരുടേയും ശ്രദ്ധ ആകർഷിക്കുന്നതാണ്.

ബോക്സ് സോളാർ കുക്കർ

സൗരോർജ്ജത്തിൽ പാചകം ചെയ്യാനുള്ള ഒരു ക്രമീകരണമാണിത്. കണ്ണാടിയടപ്പുള്ള ഒരു പെട്ടിയാണിത്. അകത്തെ വശങ്ങളും അടിഭാഗവും കറുത്തപെയിന്റ് അടിച്ചിട്ടുണ്ടാകും. കറുത്ത പെയിന്റടിച്ച നാലുപാത്രങ്ങൾ അകത്തുവച്ചിട്ടുണ്ട്. ഇതിലാണ് പാകം ചെയ്യാ

സോളാർ കളക്ടേഴ്സ്

നുള്ളത് വയ്ക്കേണ്ടത്. അടുപ്പുതുറന്നാൽ ഒരു ദർപ്പണം ഉണ്ടാകും, അത് പ്രകാശം അകത്തേക്ക് പ്രതിഫലിപ്പിക്കും. സൗരവികിരണ തീവ്രതയനുസരിച്ച് ഒന്നരമുതൽ 3 മണിക്കൂർ വരെ സമയത്തിനുള്ളിൽ പാകം ചെയ്യാം. സാവധാനം പാകം ചെയ്യുന്നത് ആഹാരത്തിൽ പോഷകാംശം നിലനിർത്താൻ സഹായിക്കും. ഇന്ധനച്ചെലവില്ല. മലിനീകരണമില്ല.

ഡിഷ് സോളാർ കുക്കർ

ഏകദേശം ഗോളാകൃതിയിലുള്ളതും നല്ലപോലെ പ്രതിഫലിപ്പിക്കുന്നതിനുമായി അലുമിനിയം ഷീറ്റ് കൊണ്ടുണ്ടാക്കിയതുമാണ് ഡിഷ് സോളാർകുക്കർ. ഗോളാകൃതിയിലുള്ള പ്രതലം ഒരു ലോഹദണ്ഡിൽ ഉറപ്പിച്ച് സൗരവികിരണങ്ങളെ പാചകപ്പാത്രത്തിലേക്ക് ഫോക്കസ് ചെയ്തു പാചകം ചെയ്യാം. ഏകദേശം 350 ഡിഗ്രി സെൽഷ്യസ് വരെ ലഭിക്കും. LPG ഉപയോഗിക്കുന്ന വേഗത്തിൽതന്നെ പാചകം ചെ

യ്യാം. മഹാരാഷ്ട്രയിലെ ഒരു ഗ്രാമത്തിൽ ഏകദേശം 3000 പേർക്കുള്ള ഭക്ഷണം പരാബൊളിക് കോൺസെൻട്രേറ്റർ ഉപയോഗിച്ച് വെള്ളം നീരാവിയാക്കി അതുപയോഗിച്ചാണ് തയ്യാറാക്കുന്നത്.

സോളാർ വാട്ടർ ഹീറ്റർ

സോളാർ വാട്ടർ ഹീറ്ററുകൾ എങ്ങനെ പ്രവർത്തിക്കുന്നുവെന്ന് നോക്കാം. ഒരു തുറന്ന പെട്ടിയിൽ അല്ലെങ്കിൽ ഗ്ലാസ്സ് കൊണ്ടുമൂടിയതിൽ, താപചാലകതയുള്ള, പുറത്ത് കറുപ്പ് പൂശിയ പൈപ്പുകൾ അങ്ങോട്ടുമി ങ്ങോട്ടുമായി ക്രമീകരിച്ചിരിക്കുന്നു. ഈ പെട്ടി ഒരു നിശ്ചിത കോണിൽ സൂര്യനഭിമുഖമായി ചരിച്ചു വെച്ചിരിക്കുന്നു. ഈ പൈപ്പിലൂടെ പെട്ടിയുടെ മുകളിൽ വെച്ചിരിക്കുന്ന സിലിണ്ടർ ആകൃതിയിലുള്ള ടാങ്കിൽ നിന്ന് വെള്ളം കടന്നു പോകുന്നു. സൗരതാപമേറ്റ് വെള്ളം ചൂടാകുന്നു. ചൂടുവെള്ളം മുകളിലേക്ക് എന്ന തത്ത്വമനുസരിച്ച് ടാങ്കിൽ തിരിച്ചെത്തിയ വെള്ളം, (ചൂടുള്ളത്) ടാങ്കിന്റെ മുകളിൽ ശേഖരിക്കപ്പെടുന്നു. എന്തുകൊണ്ടാണ് ചൂടുവെള്ളം മുകളിലേക്ക് പോകുന്നത് ? വെള്ളത്തിന് ഏറ്റവും കൂടുതൽ സാന്ദ്രതയുള്ളത് 4 ഡിഗ്രി സെൽഷ്യസിലാണ്. ഊഷ്മാവ് അതിലും കൂടുമ്പോൾ വെള്ളത്തിന്റെ സാന്ദ്രത കുറയുകയും ആർക്കിമിഡീസ് തത്ത്വമനുസരിച്ച്, ഈ ഭാരക്കുറവുള്ള വെള്ളം മുകളിലേക്കുയരുകയും ചെയ്യുന്നു. ഇതിനെ സംവഹന പ്രവാഹം എന്നു വിളിക്കുന്നു. വായു ചൂടായാലും മുകളിലേക്ക് പോകും. കര വേഗത്തിൽ ചൂടായി അതിനുമുകളിലെ വായു ചൂടുപിടിച്ച് മുകളിലേക്ക് ഉയരുന്നു. അവിടേക്ക് തണുത്ത കാറ്റ് വരുന്നു. രാത്രി കാലങ്ങളിൽ കടലിനു മുകളിൽ ഇത് സംഭവിക്കുന്നു. അങ്ങനെ കടൽക്കാറ്റും കരക്കാറ്റും ഉണ്ടാകുന്നു. ഫ്രിഡ്ജിൽ ചൂടുള്ള വായു മുകളിലേക്കു വരുന്നതുകൊണ്ടാണ് ഫ്രീസർ യൂണിറ്റ് ഫ്രിഡ്ജിന്റെ മുകൾ ഭാഗത്ത് വെച്ചിരിക്കുന്നത്. വിപണിയിൽ ലഭിക്കുന്ന സോളാർ വാട്ടർ ഹീറ്ററിൽ സൂര്യപ്രകാശം ആവശ്യത്തിന് ലഭിക്കാതിരുന്നാൽ വെള്ളം ചൂടാക്കാനായി ഹീറ്റിംഗ് കോയിൽ കൂടി ഉണ്ടാകും. വില കൂടാൻ ഒരു കാരണമിതാണ്.

സോളാർ വാട്ടർ ഹീറ്റർ

എന്തുകൊണ്ടാണ് സൗരതാപം കൂടുതലായി ഉപയോഗിക്കാൻ നിർബന്ധിതമാകുന്നത്? വീടുകളിലും ഹോട്ടലുകളിലും ഹോസ്റ്റലുകളിലും മറ്റും ഏറ്റവും കൂടുതൽ വൈദ്യുതി ഉപയോഗിക്കുന്നത് വെള്ളം ചൂടാക്കാനും മുറികൾ ചൂടാക്കാനും തുണി ഉണക്കാനും മറ്റുമാണ്.

സോളാർ ആയാൽ വളരെ കുറച്ചേ വൈദ്യുതി ഉപയോഗിക്കുകയുള്ളൂ. അതുകൊണ്ട് വ്യവസായപ്രവർത്തനങ്ങൾ തടസ്സപ്പെടാതിരിക്കുകയും ചെയ്യും. വൈദ്യുതി ബില്ലിൽ വലിയ കുറവുണ്ടാകും. തുടക്കത്തിൽ അല്പം കൂടുതൽ കാശ് മുടക്കണമെന്നു മാത്രം. മൂന്ന് നാല് വർഷം കൊണ്ട് മുതൽ മുടക്ക് തിരിച്ച് കിട്ടും.

കേന്ദ്ര ഊർജ്ജമന്ത്രാലയം ടൂറിസം വകുപ്പിനോട് ഒരു നിർദ്ദേശം വച്ചിട്ടുണ്ട്. വൻകിട ഹോട്ടലുകൾക്ക് നക്ഷത്രപദവി കൊടുക്കുമ്പോൾ ഒരുപാധി വയ്ക്കണം. ബയോഗ്യാസ് പ്ലാന്റ് ഉപയോഗിച്ച് കഴിയുന്നതും വൈദ്യുതി ഉല്പാദിപ്പിക്കണം. ഹോട്ടലുകളിൽ ആഹാരാവശിഷ്ടങ്ങൾ കൊണ്ട് ഇത് പ്രവർത്തിപ്പിക്കാം. ഭാഭാ അറ്റോമിക് റിസർച്ച് സെന്റർ ഇതിനായി ഒരു ബയോഗ്യാസ് പ്ലാന്റ് വികസിപ്പിച്ചെടുത്തിട്ടുണ്ട്. ഹോട്ടലുകളിൽ ഏറ്റവും കൂടുതൽ വൈദ്യുതോർജ്ജം ഉപയോഗിക്കുന്നത് പാചകം, എയർ ഹീറ്റിംഗ്, തുണിയുണക്കൽ, വെള്ളം ചൂടാക്കൽ, നീരാവിയുണ്ടാക്കൽ തുടങ്ങിയവയ്ക്കാണ്. ഇതെല്ലാം തന്നെ സൗരതാപം ഉപയോഗിച്ച് സാധിക്കാവുന്നതേയുള്ളൂ. ഹോട്ടലുകളിൽ ഈ ആവശ്യങ്ങൾക്ക് കഴിയുന്നതും സൗരതാപം ഉപയോഗിക്കുന്നുവെന്ന് ഉറപ്പാക്കുക. ഹരിയാനാ സർക്കാർ ഒരു പടികൂടി മുന്നോട്ട് പോയി. 2007 ഏപ്രിൽ ഒന്നു മുതൽ 4500 ചതുരശ്ര അടിയിൽ കൂടുതൽ വിസ്തീർണ്ണത്തിൽ സ്ഥലങ്ങളിൽ നിർമ്മിച്ചിരിക്കുന്ന വീടുകൾ, ഹോട്ടലുകൾ, ഹോസ്റ്റലുകൾ, ആശുപത്രികൾ, വിദ്യാഭ്യാസ സ്ഥാപനങ്ങൾ എന്നിവിടങ്ങളിൽ സൗരതാപം ഉപയോഗിച്ചേ വെള്ളം ചൂടാക്കാൻ പാടുള്ളൂ. വെള്ളം ചൂടാക്കാനായി കറണ്ട് എടുത്തു കൂടാ. വളരെ ചെലവ് കുറഞ്ഞ രീതിയിൽ റിഫ്ളക്ടറുകൾ നിർമ്മിച്ച് സൗരതാപം വളരെ ഫലപ്രദമായ രീതിയിൽ പ്രയോജനപ്പെടുത്താം. സ്കൂൾ/ കോളേജ് വിദ്യാർത്ഥികൾക്ക് പ്രോജക്ടായി ചെയ്യാവുന്ന ഏറെ കാര്യങ്ങൾ ഈ മേഖലയിൽ ഉണ്ട്. സാമാന്യബുദ്ധിയും പ്രതിജ്ഞാബദ്ധതയും കൈമുതലായി ഉണ്ടായാൽ മതി.

സോളാർസെൽ

സൗരോർജ്ജത്തെ നേരിട്ട് വൈദ്യുതോർജ്ജമാക്കി മാറ്റുന്ന സെമികണ്ടക്ടർ ഉപകരണമാണ് സോളാർ സെൽ. ഈ പരിവർത്തനത്തെ ഫോട്ടോവോൾട്ടെയിക് പ്രഭാവം എന്നു പറയുന്നു. ഫോട്ടോ എന്നാൽ പ്രകാശമെന്നും വോൾട്ടെയിക് എന്നത് വോൾട്ടേജുണ്ടാക്കുന്നതെന്നുമാണ്. അങ്ങനെ പ്രകാശം വൈദ്യുതിയായി മാറുന്നുവെന്നാണ് സാരം. ഇതിനായി ഡയോഡ് എന്ന സെമികണ്ടക്ടർ ഉപകരണമാണ് ഉപയോഗിക്കുന്നത്. ഡയോഡ് വ്യത്യസ്ത ആവശ്യങ്ങൾക്കായി ഉപയോഗിക്കും. പ്രകാശത്തെ കറണ്ടാക്കുന്ന ഡയോഡിനെ സോളാർ സെൽ എന്നുവിളിക്കുന്നു. സോളാർ സെല്ലിന്റെ പ്രവർത്തനം മനസ്സിലാക്കാൻ ശ്രമിക്കാം.

എന്താണ് സോളാർ സെൽ ?

ചിത്രത്തിൽ കാണിച്ചിരിക്കുന്നത് ഒരു ഡയോഡാണ്. ഇതിൽ p എന്ന ഭാഗത്ത് പോസിറ്റീവ് ചാർജ്ജുള്ള ഹോളുകൾ (holes) ഉണ്ട്. 'ഹോൾ' എന്നാൽ ഒരു ക്രിസ്റ്റലിലെ ഇലക്ട്രോൺ സ്ഥിതി ചെയ്തിരുന്ന സ്ഥലം ഇപ്പോൾ ഒഴിഞ്ഞു കിടക്കുന്നു എന്നാണ്. ഇവിടേക്ക് ഇലക്ട്രോണിനു കടന്നുചെല്ലാം. ഇലക്ട്രോണിന് വന്നിരിക്കാൻ കഴിയുന്നതും ഇപ്പോൾ വേക്കൻസിയുള്ളതുമായ അവസ്ഥയാണ് ഹോൾ

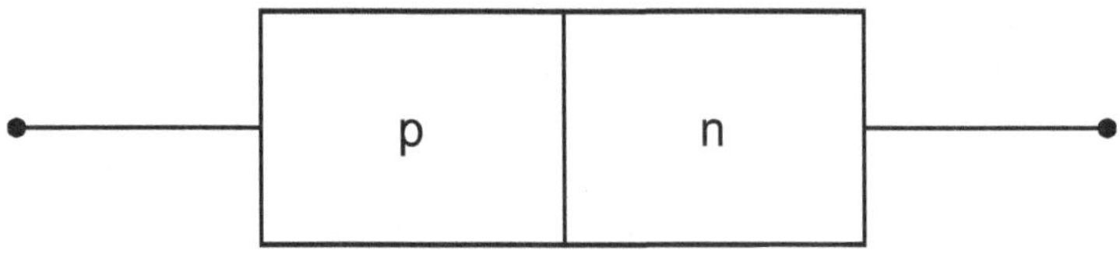

pn ജംഗ്ഷൻ ഡയോഡ്

എന്നു മനസ്സിലാക്കാം. ഒരു ഇലക്ട്രോൺ ഹോളിലേക്ക് വരുമ്പോൾ ഇലക്ട്രോൺ പുറപ്പെട്ട സ്ഥലം പുതിയ ഹോൾ ആയി. ഇലക്ട്രോൺ ചലിച്ചതിനെതിർദിശയിലാണ് ഹോൾ സഞ്ചരിക്കുന്നത്. ഹോളുകൾ ധാരാളമുള്ള സെമി കണ്ടക്ടർ ഭാഗത്തെ p-ടൈപ്പ് സെമി കണ്ടക്ടർ എന്നു പറയുന്നു. p-ഭാഗത്ത് ചേർത്ത മൂലകത്തിന്റെ ആറ്റത്തിന് ഒരിലക്ട്രോൺ കിട്ടുകയും അത് നെഗറ്റീവ് ചാർജ്ജുള്ള അയോണായി ക്രിസ്റ്റലിൽ നിലനിൽക്കുകയും ചെയ്യുന്നു. അതുപോലെ ടൈപ്പിൽ നെഗറ്റീവ് ചാർജ്ജുള്ള n-ഇലക്ട്രോണുകൾ അധികമുണ്ട്. ചേർത്ത ഇംപ്യൂരിറ്റി മൂലകത്തിന്റെ ആറ്റം ഒരിലക്ട്രോൺ നഷ്ടപ്പെട്ട് ഒരു പോസിറ്റീവ് ചാർജ്ജുള്ള അയോണായി മാറുന്നു. ഇവിടെ ഒരു സംശയം ഉയരാം.

n-ടൈപ്പിലെ അധികമുള്ള ഇലക്ട്രോണുകൾ p-ടൈപ്പിലുള്ള അധിക ഹോളുകളുമായി സംയോജിച്ച് ന്യൂട്രൽ ആയിക്കൂടേ ? ഇല്ല. എന്തുകൊണ്ട് ? p-യും n-ഉം ചേരുന്ന ഭാഗം അതായത് pn ജംഗ്ഷനിൽ മാത്രം ഇലക്ട്രോണും ഹോളും സംയോജിക്കും. പക്ഷേ ഈ ചെറിയ സ്ഥലത്ത് ഇലക്ട്രോണും ഹോളും തീരെ കാണില്ല. എന്നാൽ ഇംപ്യൂരിറ്റി അയോണുകൾ അതിർത്തി കാവൽ ഭടൻമ്മാരെ പോലെ പ്രവർത്തിക്കും. ഇവർ ഹോളിനെ ഇടത്തോട്ടും വലത്തോട്ടും ഇലക്ട്രോണിനെ വലത്തോട്ടും തള്ളി നീക്കും.

ഈ അയോണുകൾ ഇടത്തോട്ട് ഒരു ഇലക്ട്രിക് ഫീൽഡ് സൃഷ്ടിക്കുന്നു. പോസിറ്റീവ് ചാർജ്ജുള്ള ഹോളുകൾക്ക് n-വശത്തേക്ക് പോകാൻ പറ്റില്ല. അതുപോലെ ഇലക്ട്രോണുകൾക്ക് p-വശത്തേക്കു പോകാൻ കഴിയില്ല. അതുകൊണ്ട് ഇലക്ട്രോണുകളും ഹോളുകളും സംയോജിച്ച് ന്യൂട്രൽ ആവുകയില്ല. എന്താണ് സോളാർ സെൽ ? ഈ pn ജംഗ്ഷനിലേക്ക് സൗരവികിരണം പതിക്കുകയാ

ണെന്ന് കരുതുക. ഇവിടുത്തെ സിലിക്കൺ ആറ്റങ്ങൾ പ്രകാശം ആഗിരണം ചെയ്യുന്നതിന്റെ ഫലമായി സിലക്കണിന്റെ ഒരാറ്റത്തിൽ നിന്ന് ഒരു ഇലക്ട്രോണും ഒരു ഹോളും ഉണ്ടാകുന്നു.

ജംഗ്ഷനിലുള്ള ഇലക്ട്രിക് ഫീൽഡ് ഹോളുകളെ (പോസിറ്റീവ്) p-വശത്തേക്കും ഇലക്ട്രോണുകളെ n-വശത്തേക്കും തള്ളിവിടുന്നു. ഇങ്ങനെ ഡയോഡിന്റെ രണ്ട് അഗ്രങ്ങളിൽ വന്നുകൂടുന്ന ചാർജ്ജുകൾ വോൾട്ടേജ് ഉണ്ടാക്കുന്നു. ഈ ചാർജ്ജുകൾ അവയെ ബന്ധിപ്പിച്ചിരിക്കുന്ന ചാലകത്തിലൂടെ ഒഴുകി കറണ്ടുണ്ടാക്കുന്നു. പ്രകാശം നിലച്ചാൽ കറണ്ടും നിലയ്ക്കും. pn ജംഗ്ഷനിൽ ഉള്ള ഇംപ്യൂരിറ്റി അയോണുകൾ സൃഷ്ടിച്ച ഇലക്ട്രിക് ഫീൽഡിലാണ് ലൈറ്റ് പതിച്ചുണ്ടായ വിപരീതചാർജ്ജുകളെ സർക്യൂട്ടിലൂടെ തള്ളിവിട്ട് കറണ്ടുണ്ടാക്കുന്നത്. ഇതാണ് സോളാർ സെല്ലിന്റെ പ്രവർത്തനം. സോളാർ സെല്ലിന്റെ ചിത്രം കൊടുത്തിരിക്കുന്നു.

ഏറ്റവും മുകളിൽ ലോഹഇലക്ട്രോഡ് പിടിപ്പിച്ചിരിക്കുന്നു. ഇതിനെ ഫിംഗർ ഇലക്ട്രോഡുകളെന്ന് വിളിക്കുന്നു. ഇതിന്റെ വിടവിലൂടെ പ്രകാശം pn ജംഗ്ഷനിലേക്ക് കടന്നുചെന്ന് ഇലക്ട്രോണുകളും ഹോളുകളും ഉണ്ടാക്കുന്നു. പോസിറ്റീവ് ചാർജ്ജ് മുകളിലെ ഇല

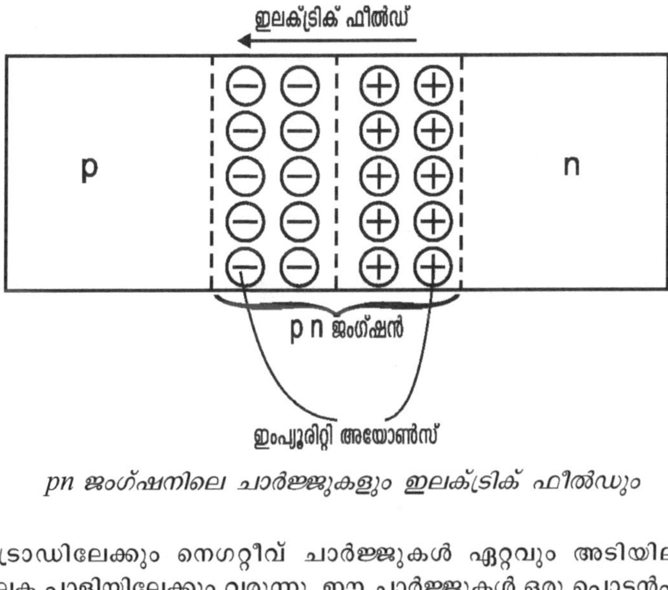

pn ജംഗ്ഷനിലെ ചാർജ്ജുകളും ഇലക്ട്രിക് ഫീൽഡും

ക്ട്രോഡിലേക്കും നെഗറ്റീവ് ചാർജ്ജുകൾ ഏറ്റവും അടിയിലുള്ള ചാലക പാളിയിലേക്കും വരുന്നു. ഈ ചാർജ്ജുകൾ ഒരു പൊട്ടൻഷ്യൽ വ്യത്യാസം ഉണ്ടാക്കുന്നു. അങ്ങനെ പ്രകാശം പതിച്ചപ്പോൾ വോൾട്ടേജ് കിട്ടിയതുകൊണ്ട് ഇതിനെ ഫോട്ടോവോൾട്ടെയിക് പ്രഭാവം എന്നു വളിക്കുന്നു. സോളാർ സെല്ലുണ്ടാക്കാൻ സിലിക്കൺ, കാഡ്മിയം സൾഫൈഡ്, ഗാലിയം ആഴ്സനിക് തുടങ്ങിയ പദാർത്ഥങ്ങൾ

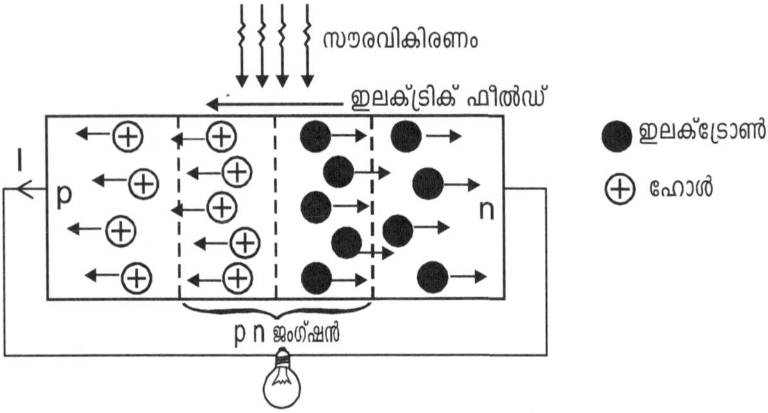

pn ജംഗ്ഷൻ സോളാർസെല്ലായി പ്രവർത്തിക്കുന്നത്

ഉപയോഗിക്കുന്നു. 1955–ൽ ആണ് ആദ്യമായി ഇവ നിർമ്മിച്ചത്. ഉപഗ്രഹങ്ങൾക്ക് വേണ്ടുന്ന വൈദ്യുതോർജ്ജം സൗരോർജ്ജത്തിൽ നിന്നും ലഭിക്കുന്നതിനുവേണ്ടിയാണ് ഇതുപയോഗിച്ചത്. സോളാർ സെല്ലുകൾ ശ്രേണിയിലും സമാന്തരമായും ചേർത്ത് സോളാർപാനൽ അഥവാ മൊഡ്യൂൾ ഉണ്ടാക്കിയാണ് ഉപയോഗിക്കുന്നത്.

വീടുകളുടെ മുകളിലും തെരുവ് വിളക്കിനടുത്തും മറ്റും നാം കാണുന്നത് സോളാർ പാനലാണ്. പ്രായോഗികമായി ഉപയോഗിക്കുന്നതിന് സ്റ്റോറേജ് ബാറ്ററിയും കറണ്ട് കൺട്രോൾ ചെയ്യാനുള്ള സംവിധാനങ്ങളുമുണ്ടാകും.

സോളാർ പാനൽ വ്യാപകമായി ഉപയോഗിക്കാത്തതെന്തു കൊണ്ട്?

വളരെ വിലകുറച്ച് നിർമ്മിക്കാനുള്ള സാങ്കേതികവിദ്യ വികസനഘട്ടത്തിലാണ്. താമസിയാതെ വ്യാപകമായി ഉപയോഗിക്കുന്ന

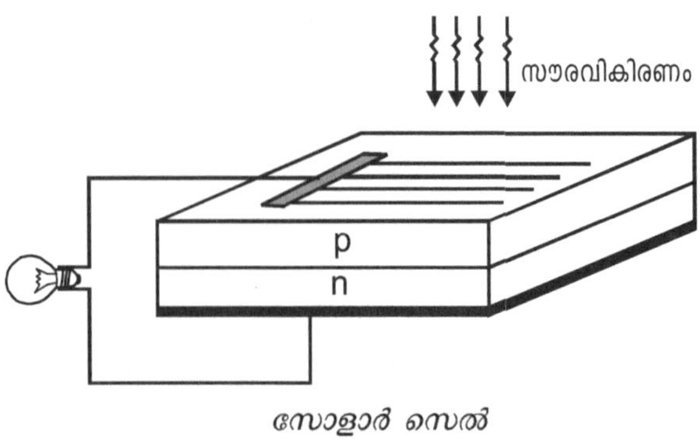

സോളാർ സെൽ

സാഹചര്യമുണ്ടാകും. ഗവേഷണം തകൃതിയായി നടക്കുന്നു. നമ്മുടെ ആദരണീയനായ മുൻപ്രസിഡന്റ് ഭാരതരത്നം ഡോ. എ പി ജെ അബ്ദുൽകലാം 2007 ഏപ്രിൽ 25-ന് യൂറോപ്യൻ പാർലമെന്റിന്റെ പ്ലീനറി സെഷനിൽ സ്ട്രാസ്ബർഗിൽ നടത്തിയ പ്രസംഗത്തിൽ ഏറ്റവും കൂടുതൽ ഊന്നൽ കൊടുത്തത് പുതുക്കപ്പെടുന്ന ഊർജ്ജ സ്രോതസ്സുകളുടെ പ്രാധാന്യത്തെക്കുറിച്ചായിരുന്നു. ഏറ്റവും വലിയ പ്രതീക്ഷ "സോളാർ സെല്ലുകളുടെ ഇപ്പോഴുള്ള 20% ക്ഷമത, കാർബൺ നാനോട്യൂബുകൾ (CNT) ഉപയോഗിച്ച് നിർമ്മിക്കുന്ന സോളാർ സെല്ലുകളുടെ വരവോടെ 55% ആയി ഉയർത്തുക എന്നുള്ളതാണ്". പുതുക്കപ്പെടുന്ന ഊർജ്ജസ്രോതസ്സിൽ ആഗോളതലത്തിൽ ഏറ്റവുമധികം പ്രാധാന്യം കൊടുക്കുന്ന സ്രോതസ്സാണ് സൗരോർജ്ജം. ആഹാരത്തിനുമാത്രമല്ല, സുഖസൗകര്യങ്ങൾക്കും യാത്രയ്ക്കും വാർത്താവിനിമയത്തിനുമുള്ള ഊർജ്ജവും സൂര്യനിൽ നിന്നുതന്നെ നേടാൻ ലോകം തീവ്രശ്രമത്തിലാണ്. ഖനിജ ഇന്ധനങ്ങളുടെയും ഊർജ്ജസ്രോതസ് സൂര്യൻ തന്നെയായിരിക്കുന്നു. എന്താണ് ഫോട്ടോ വോൾട്ടെയിക് സെല്ലുകളുടെ മേന്മ?

(i) ചലിക്കുന്ന ഭാഗങ്ങളില്ല.
(ii) നല്ലതുപോലെ സീൽ ചെയ്തിരിക്കുന്നതിനാൽ നാശമായി പോകുന്നില്ല. വളരെ നീണ്ടകാലം പ്രവർത്തിക്കും.
(iii) വാട്ടിന്റെ ഒരംശം മുതൽ മെഗാവാട്ട്വരെ ശേഷിയുള്ള സോളാർ

സോളാർ പാനൽ

പാനലുകൾ നിർമ്മിക്കാൻ കഴിയുന്നു.

ഫോട്ടോവോൾട്ടെയിക് (PV) സെല്ലുകളുടെ പ്രയോജനങ്ങൾ

നമ്മുടെ രാജ്യത്തിന്റെ ഏകദേശം 70%-വും ഗ്രാമങ്ങളാണ്, അതി

സോളാർ വിളക്ക്

ലേറെയും കറണ്ട് എത്താത്ത സ്ഥലങ്ങളാണ്. നടപ്പിലാക്കാൻ തീരുമാനിച്ചാൽ മണിക്കൂറുകൾക്കകം സോളാർ പാനലും മറ്റു സാമഗ്രികളും ഉപയോഗിച്ച് വെളിച്ചവും റേഡിയോ ടിവി പരിപാടികളും ഗ്രാമങ്ങളിൽ എത്തിക്കാം. നൂറുകണക്കിന് കിലോമീറ്റർ വൈദ്യുതി ലൈൻ പിടിച്ച് ട്രാൻസ്ഫോർമർ വച്ച് കറണ്ട് എത്തിക്കാൻ നാളുകളെടുക്കും, ഒപ്പം ഒത്തിരികാശും വേണം. ഞൊടിയിടയിൽ പരിഹാരം, അതാണ് സോളാർ വൈദ്യുതി.

വൈദ്യുതി എത്താത്ത സ്ഥലങ്ങളിൽ അല്ലെങ്കിൽ വൈദ്യുതി സപ്ലൈ തകരാറിലായ പ്രദേശങ്ങളിൽ PV പാനൽ ഉപയോഗിച്ച് വാർത്താവിനിമയം നടത്താം. ടി.വി. റിലേസ്റ്റേഷൻ, വിമാനങ്ങൾക്കുള്ള കരുതൽ വിളക്കുകൾ, കാൽക്കുലേറ്റർ, മൈക്രോവേവ് സിസ്റ്റംസ് തുടങ്ങി അനവധി കാര്യങ്ങൾക്കായി PV ക്രമീകരണങ്ങൾ ഉപയോഗിക്കാം.

പ്രതീക്ഷകൾ

രണ്ടുകാര്യങ്ങളാണ് തടസ്സം. ഒന്ന് വിലക്കൂടുതൽ. രണ്ട് പ്രവർത്തന ക്ഷമതകുറവ്. കൂടുതൽ ഉല്പാദനമുണ്ടാവുകയും സാങ്കേതിക മികവ് നേടുകയും ചെയ്യുമ്പോൾ, ചിലപ്പോൾ മത്സരമുണ്ടാകുമ്പോൾ, വിലക്കുറവ് വരാം. ക്ഷമതകൂട്ടാൻ അർപ്പണബോധമുള്ള ഗവേഷണം ആവശ്യമാണ്. മുൻപ്രസിഡന്റ് ചൂണ്ടിക്കാണിച്ചതുപോലെ സോളാർ സെല്ലുകളുടെ കാര്യക്ഷമത 20%ത്തിൽ നിന്ന് 55%ലേക്ക് ഉയരണം. ഈ രംഗത്ത് ഫലവത്തായ ഗവേഷണഫലങ്ങൾ വന്നു തുടങ്ങി.

സോളാർ സെൽ ഉപയോഗിച്ചുള്ള മൊബൈൽ ചാർജ്ജർ

2007 ജൂൺ 21–ലെ ജേണൽ ഓഫ്മെറ്റീരിയൽസ് കെമിസ്ട്രിയിൽ (റോയൽ സൊസൈറ്റി ഓഫ് കെമിസ്ട്രിയുടെ ആഭിമുഖ്യത്തിലുള്ളത്) ന്യൂ ജഴ്സി ഇൻസ്റ്റിറ്റ്യൂട്ടിലെ ഡോ. സോമനാഥ് മിത്രയും കൂട്ടരും ചെലവു കുറഞ്ഞ

ഫ്ളെക്സിബിളായ പ്ലാസ്റ്റിക്ഷീറ്റിൽ പ്രിന്റ് ചെയ്യാവുന്നതോ പെയിന്റ് ചെയ്യാവുന്നതോ ആയ സോളാർ സെൽ കണ്ടുപിടിക്കുകയുണ്ടായി. ഇത്തരം സോളാർ സെല്ലുകൾ വീടിന്റെ ഭിത്തിയിൽ പെയിന്റ് ചെയ്ത് സൂര്യപ്രകാശത്തിൽ വൈദ്യുതി ഉല്പാദിപ്പിക്കാൻ കഴിയുമെന്ന്, അദ്ദേഹം അവകാശപ്പെടുന്നു. താമസിയാതെ കാറിന്റെ മുകളിൽ കോട്ട് ചെയ്ത സോളാർ പാനൽ ഉറപ്പിച്ച് അതിൽനിന്ന് കാറിനോടാൻ ആവശ്യമായ വൈദ്യുതി സൗരോർജ്ജത്തിൽ നിന്ന് ഉല്പാദിപ്പിക്കും. ഇത്തരം സോളാർ സെല്ലുകൾ കാർബൺ നാനോ ട്യൂബുകൾ ഉപയോഗിച്ചാണ് നിർമ്മിക്കുന്നത്. സിലിണ്ടർ ആകൃതിയിലുള്ളതും തലമുടിയുടെ അമ്പതിനായിരത്തിൽ ഒന്ന് മാത്രം കനമുള്ളതുമായ കാർബൺ നാനോട്യൂബുകൾ ചെമ്പിനേക്കാളും നല്ലവണ്ണം കറണ്ട് കടത്തി വിടും. കാർബണിക സോളാർസെല്ലിൽ സൗരോർജ്ജം പതിക്കുമ്പോൾ ഉണ്ടാകുന്ന വിപരീത ചാർജ്ജുകൾ നാനോട്യൂബുകൾ വഴി രണ്ട് ഇലക്ട്രോഡുകളിലേക്ക് പോയാണ് വോൾട്ടേജ് ഉണ്ടാക്കുന്നത്. ഈ സോളാർ സെല്ലിൽ കാർബൺ ആറ്റങ്ങളുടെ (60 എണ്ണം) പ്രത്യേക ക്രമീകരണങ്ങളാണ് ഫുള്ളേറിയൻ എന്നുവിളിക്കുന്ന കണികകളായ സിലിണ്ടർ ആകൃതിയിലുള്ള കാർബൺ ട്യൂബുകളായി ഉപയോഗിക്കുന്നത്. വളരെ കുറഞ്ഞ കാലം കൊണ്ട് വളരെ വിലക്കുറവുള്ളതും പാനലിൽ പതിക്കുന്ന സൗരോർജ്ജത്തിന്റെ പകുതിയോളം വൈദ്യുതിയാക്കി മാറ്റാൻ കഴിവുള്ളതുമായ സോളാർസെല്ലുകൾ കണ്ടെത്തുവാൻ ശാസ്ത്രത്തിനു കഴിയും. ടെക്നോളജി ഇത് വിപണിയിൽ കൊണ്ടുവരും. അങ്ങനെ മലിനീകരണ വിമുക്തവും ചെലവുകുറഞ്ഞതുമായ പുതുക്കപ്പെടുന്ന ഊർജ്ജസ്രോതസ്സ് ലോകത്തിന് വൻതോതിൽ ലഭ്യമാകും.

സോളാർ സൈക്കിൾ

8

സമുദ്രോർജ്ജം

ഭൂമിയുടെ എഴുപതുശതമാനവും കടലാണ്. പ്രകൃതി വിഭവങ്ങളുടെ ബൃഹത്തായ സമ്പത്ത് തന്നെ ഇവിടെയുണ്ട്. ഇതിൽ ഖനിജ ഇന്ധനങ്ങളും ഉൾപ്പെടും. മത്സ്യ സമ്പത്തിനെക്കുറിച്ച് പറയേണ്ടതില്ലല്ലോ. കുടിയേറ്റങ്ങളുടേയും കടന്നുകയറ്റങ്ങളുടെയും പിടിച്ചടക്കലുകളുടെയും തുറന്ന വഴികൾ കൂടിയാണ് കടലുകൾ. തിരമാലയും വേലിയേറ്റവും സമുദ്രജലത്തിലെ ഊഷ്മാവ് വ്യത്യാസവുമെല്ലാം പുതുക്കപ്പെടുന്ന ഊർജ്ജസ്രോതസ്സുകളാണെന്ന് നാം തിരിച്ചറിയുകയും പ്രായോഗികമായി അവയെ പ്രയോജനപ്പെടുത്താൻ കഴിയുമെന്ന് തെളിയിക്കുകയും ചെയ്തിരിക്കുന്നു. മൂന്ന് പ്രധാന ഊർജ്ജ സ്രോതസ്സുകളാണ് സമുദ്ര സംബന്ധിയായിട്ടുള്ളത്. ഒന്ന് തിരമാലയിൽ അടങ്ങിയിരിക്കുന്ന ഗതികോർജ്ജം വൈദ്യുത ജനറേറ്ററിലെ ടർബൈൻ

തിരമാലയുടെ ശക്തിയും കലയും

കറക്കി കറണ്ടുണ്ടാക്കുക. ഇതിനെ തിരമാല ഊർജ്ജം (wave energy) എന്നു വിളിക്കുന്നു.

രണ്ട്, വേലിയേറ്റത്തിലെയും ഇറക്കത്തിലെയും കടൽ വെള്ളത്തിന്റെ തിരശ്ചീനപ്രവാഹം തീരത്തിനടുത്ത് ഉപയോഗപ്പെടുത്തി വൈദ്യുതി ഉല്പാദിപ്പിക്കുക. ഇതിനെ വേലിയേറ്റ ഊർജ്ജം (tidal energy) എന്നു വിളിക്കുന്നു. മൂന്ന്, സമുദ്ര വിതാനങ്ങളിലെ ഊഷ്മാവ് വ്യത്യാസം പ്രയോജനപ്പെടുത്തി താപ എഞ്ചിനിലേതുപോലെ വൈദ്യുതി ഉല്പാദിപ്പിക്കുക. ഈ ഊർജ്ജമാറ്റത്തെ ഓഷ്യൻ തെർമൽ എനർജി കൺവേർഷൻ (Ocean Thermal Energy Conversion, OTEC) അഥവാ ഓട്ടെക് എന്നു വിളിക്കുന്നു. ഇതിൽ ഓരോന്നിനെയും കുറിച്ച് ലളിതമായി പറയാം.

തിരമാല ഊർജ്ജം

തിരമാലയിൽ അടങ്ങിയിരിക്കുന്ന ഗതികോർജ്ജത്തെ വൈദ്യുതോർജ്ജമാക്കി മാറ്റാനുള്ള സാങ്കേതികവിദ്യ വികസിപ്പിച്ചെടുത്തിട്ടുണ്ട്. തിരുവനന്തപുരത്തിനടുത്തുള്ള വിഴിഞ്ഞത്ത് കടലോരത്തോട് ചേർന്ന്, ഇന്ത്യൻ ഇൻസ്റ്റിറ്റ്യൂട്ട് ഓഫ് ടെക്നോളജി (IIT) ചെന്നൈ, 150 കിലോവാട്ട് ശേഷിയുള്ള യൂണിറ്റ് സ്ഥാപിച്ചിരുന്നു. ഇപ്പോൾ പ്രവർത്തിക്കുന്നില്ല. തിരമാലയിലെ ഊർജ്ജം എങ്ങനെ വൈദ്യുതോർജ്ജമായി മാറുന്നുവെന്ന് നോക്കാം.

കാറ്റുണ്ടാകുന്നത് സൗരതാപം മൂലമാണ്. സമുദ്രോപരിതലത്തിൽ വീശിയടിക്കുന്ന കാറ്റുമൂലമാണ് തിരമാലകളുണ്ടാകുന്നത്. തിരമാലകളുടെ ഇടവേള 6 സെക്കന്റാണ്. തിരമാലകൾക്ക് വളരെ ദൂരം സാരമായ ക്ഷയമില്ലാതെ സഞ്ചരിക്കാൻ കഴിയും. എന്നാൽ ഒട്ടും തന്നെ ക്ഷയിക്കാത്ത, വളരെ കൂടുതൽ ആയതി (amplitude) യുള്ള സഞ്ചരിക്കുന്ന വെള്ളക്കൂനയാണ് സുനാമി. കടലിനടിയിലെ ഭൂമിക്കുള്ളിൽ പ്ലേറ്റുകൾ പരസ്പരം ഉരസുകയോ കടന്നുകയറുകയോ ചെയ്യുമ്പോൾ ഭൂചലനം ഉണ്ടാവുകയും ആ ഭാഗത്ത് കടൽവെള്ളം പെട്ടെന്ന് ഒരു കൂനപോലെ ഉയരുകയും ചെയ്യുന്നു. ഈ വെള്ളക്കൂനയ്ക്ക് ആയിരക്കണക്കിന് കിലോമീറ്റർ സഞ്ചരിക്കാനാവും. ആയതി കൂടുതലായതിനാൽ, ഈ വെള്ളക്കൂനയുടെ ഉയരം കുറച്ച് പരന്നതാക്കാനുള്ള ബലവും, ഇതിനെ ഒരുമിച്ച് നിർത്താനുള്ള ബലവും തുല്യമാകുന്നതുകൊണ്ട് സുനാമിക്ക് ശക്തികുറയാതെ സഞ്ചരിക്കാനാവും. പ്രകാശത്തിന് ഇതുപോലെ ഫൈബർ ഓപ്ട്ടിക് കേബിളിലൂടെ കടന്നുപോകാൻ കഴിയും. ഇതിനെ ഓപ്ടിക്കൽ സോളിടോൺ (soliton) എന്നു വിളിക്കുന്നു.

തിരമാലയിൽ നിന്ന് വൈദ്യുതി ഉല്പാദിപ്പിക്കാനുള്ള സംവിധാനത്തിന്റെ ലളിതമായ മാതൃക ചിത്രം കാണിച്ചിരിക്കുന്നു. തിരമാല ചേംബറിന്റെ വലതുവശത്തുകൂടി ഉള്ളിലേക്ക് തള്ളിക്കേറുന്നു.

ഇതിന്റെ ഫലമായി വെള്ളത്തിനു മുകളിലെ വായു പെട്ടെന്ന് മർദ്ദിക്കപ്പെട്ടു മുകളിലേക്ക് ഇടിച്ചുകയറി ജനറേറ്ററിന്റെ ടർബൈനെ കറക്കിക്കൊണ്ട് പുറത്തേക്ക് ABC വഴി പോകുന്നു. ഈ സമയം V_3, V_4 ഇവ അടഞ്ഞിരിക്കും V_1, V_2 തുറന്നിരിക്കും.

കയറിയ തിരമാല ചേംബറിൽ നിന്ന് ഇറങ്ങിപ്പോകുമ്പോൾ മർദ്ദം കുറയുകയും, അന്തരീക്ഷവായു തുറന്നിരിക്കുന്ന വാൽവ് V_3, V_4 വഴി പ്രവഹിക്കുകയും ടർബൈനെ നേരത്തേ കറക്കിയ ദിശയിൽ തന്നെ കറക്കുകയും ചെയ്യുന്നു. ഇപ്പോഴുള്ള വായുപ്രവാഹത്തിന്റെ ദിശ DEF എന്നാകുന്നു. ടർബൈൻ ജനറേറ്ററിലേക്ക് ബന്ധിപ്പിച്ചിരിക്കുന്നു.

തികച്ചും വ്യത്യസ്തങ്ങളായ മാർഗ്ഗങ്ങൾ കണ്ടുപിടിക്കപ്പെട്ടിട്ടുണ്ട്. പ്രത്യേക രീതിയിൽ ക്രമീകരിച്ചിരിക്കുന്ന ഫ്ളോട്ടുകൾ ഉപയോഗിച്ച്

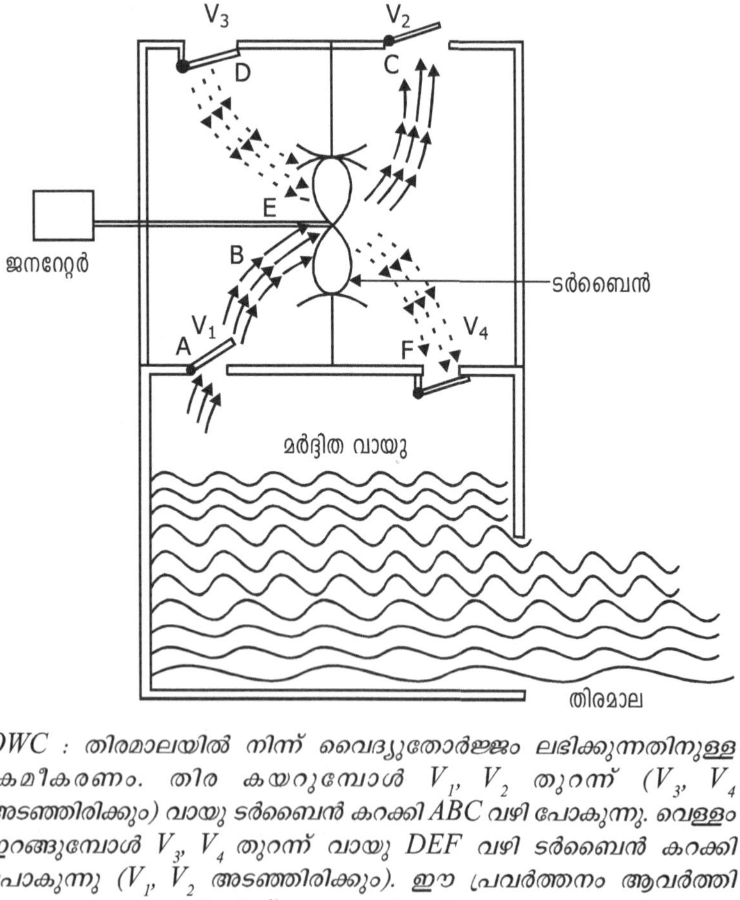

OWC : തിരമാലയിൽ നിന്ന് വൈദ്യുതോർജ്ജം ലഭിക്കുന്നതിനുള്ള ക്രമീകരണം. തിര കയറുമ്പോൾ V_1, V_2 തുറന്ന് (V_3, V_4 അടഞ്ഞിരിക്കും) വായു ടർബൈൻ കറക്കി ABC വഴി പോകുന്നു. വെള്ളം ഇറങ്ങുമ്പോൾ V_3, V_4 തുറന്ന് വായു DEF വഴി ടർബൈൻ കറക്കി പോകുന്നു (V_1, V_2 അടഞ്ഞിരിക്കും). ഈ പ്രവർത്തനം ആവർത്തിക്കുന്നു. ജനറേറ്ററിൽ നിന്ന് വൈദ്യുതി ലഭിക്കുന്നു.

തിരമാലയിൽ നിന്ന് വൈദ്യുതോർജ്ജം ഉൽപാദിപ്പിക്കുന്നതിനുള്ള സർഫസ് ഫ്ളോട്ട് സിസ്റ്റം

തിരമാലയിലെ ഗതികോർജ്ജം വൈദ്യുതോർജ്ജമാക്കി മാറ്റാൻ കഴിയുന്നു. ഈ ക്രമീകരണം ചിത്രത്തിൽ കൊടുത്തിരിക്കുന്നു.

തിരമാലയിലെ ഊർജ്ജം പരിവർത്തനം ചെയ്യാൻ ചില പ്രായോഗിക പ്രശ്നങ്ങളുണ്ട്. ഒന്ന് കടൽക്ഷോഭം. രണ്ട് ഉപ്പുവെള്ളത്തിൽ യന്ത്ര ഭാഗങ്ങൾക്ക് ലോഹനാശനം സംഭവിക്കാം. രണ്ടാമത്തേത് ഒരു പരിധി വരെ പരിഹരിച്ചിട്ടുണ്ട്. നമ്മുടെ നാട്ടിൽ തുടങ്ങിയത് പ്രയോജനപ്പെട്ടില്ല. കൂടുതൽ പഠനത്തോടെ കുറച്ചുകൂടി മികച്ച സാങ്കേതികവിദ്യ ഉപയോഗിക്കേണ്ടിവരും. കേരളത്തെപ്പോലെ ഏതാണ്ട് 600 കിലോമീറ്ററോളം കടൽത്തീരമുള്ള സംസ്ഥാനത്തിന് ഇത് കൂടുതൽ സാധ്യത തുറക്കുന്നു. കടലിൽ കല്ലിടുന്നതിനു പകരം മറ്റെന്തെങ്കിലും ചെയ്യാമായിരുന്നോ എന്ന് ചോദിക്കാറുണ്ട്.

വേവ് ഡ്രാഗൺ

പാഠങ്ങൾ ഉൾക്കൊണ്ട് മുന്നോട്ട് പോകാൻ കഴിയണം. സാങ്കേതിക വിദഗ്ദ്ധരുടെ തീവ്രശ്രമം വേണ്ടിയിരിക്കുന്നു. ലോകത്തിന്റെ വിവിധ ഭാഗങ്ങളിൽ വളരെ വിജയപൂർവ്വം തിരമാലഊർജ്ജം ഉല്പാദിപ്പിക്കുന്നതായി കാണുന്നു. തിരമാലയിൽ നിന്ന് വൈദ്യുതി ഉല്പാദിപ്പിക്കാൻ കഴിയുന്ന യന്ത്രസംവിധാനം ചിത്രത്തിൽ കാണിച്ചിരിക്കുന്നു. ഈ ക്രമീകരണം ഓസിലേറ്റിംഗ് വാട്ടർ കോളം (OWC) എന്ന് അറിയപ്പെടുന്നു.

വേലിയേറ്റ ഊർജ്ജം

മുഖ്യമായും ചന്ദ്രന്റെയും പിന്നെ സൂര്യന്റെയും ഗുരുത്വാകർഷഫലമായി സമുദ്ര നിരപ്പിൽ ആവർത്തിച്ച് വരുന്ന ഉയർച്ചയും താഴ്ചയുമാണ് വേലിയേറ്റവും വേലിയിറക്കവും (tides). ഇതിൽ നിന്നുമുള്ള ഊർജ്ജോല്പാദനത്തെ റൈഡൽ ഊർജ്ജമെന്നു വിളിക്കുന്നു. അനുക്രമമായ രണ്ടു വേലിയേറ്റങ്ങളുടെ ശരാശരി ഇടവേള 12½ മണിക്കൂറാണ്. വേലിയേറ്റങ്ങളുടെ ഫലമായി സമുദ്രജലം അങ്ങോട്ടുമിങ്ങോട്ടും തിരശ്ചീനമായി ഒഴുകും വേലിയേറ്റത്തിലും വേലിയിറക്കത്തിലും. മണിക്കൂറിൽ 2 മുതൽ 18 വരെ കിലോമീറ്റർ വേഗതയുള്ള ജലപ്രവാഹമുണ്ട്. ഒരു മുഴം മുതൽ ഒരു വലിയ തെങ്ങിനോളം (10 മീറ്റർ) വരെ ജലനിരപ്പ് ഉയരാം. വേലിയേറ്റം പുതുക്കപ്പെടുന്ന ഊർജ്ജസ്രോതസ്സാണ്. 1966–ൽ പ്രവർത്തനമാരംഭിച്ച ഫ്രാൻസിലെ ലാ റാൻസ് 240 മെഗാവാട്ടിൽ വൈദ്യുതോർജ്ജം തരുന്നു. ഇവിടുത്തെ വേലിയേറ്റത്തിലെയും ഇറക്കത്തിലെയും ഉയരവ്യത്യാസം ഏകദേശം മൂന്നാൾ പൊക്കം വരും. മറ്റൊന്ന് 17 മെഗാവാട്ട് ശേഷിയുള്ള കനേഡിയൻ അനാപൊസ് ആണ്. വേലിയേറ്റത്തിൽ നിന്ന് എങ്ങനെയാണ് നമുക്ക് പ്രയോജനമുള്ള ഊർജ്ജം അതായത് വൈദ്യുതോർജ്ജം ഉല്പാദിപ്പിക്കുന്നത്?

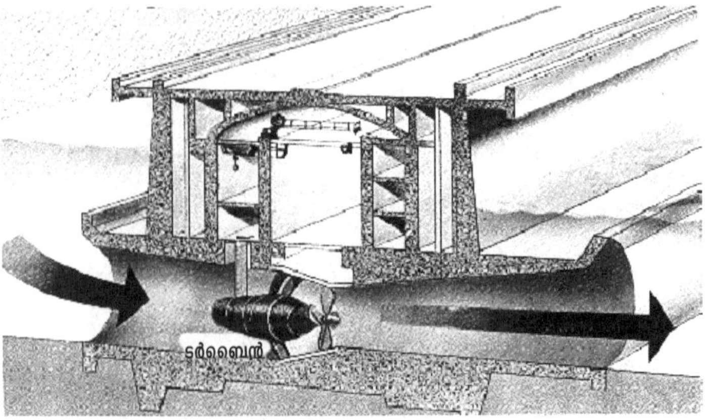

റൈഡൽ ടർബൈൻ ബാരേജ്

വേലിയേറ്റവും വേലിയിറക്കവും തമ്മിൽ നല്ല ഉയരവ്യത്യാസമുള്ള സ്ഥലം തിരഞ്ഞെടുക്കുക. ശേഷം വേലിയേറ്റ സമയത്ത് കടൽവെള്ളം പാകത്തിൽ കയറ്റി നിർത്താൻ ഒരിടം അഥവാ ബേസിൻ കടലോരത്ത് ഒരു തട (tidal barrage) കെട്ടി ഉണ്ടാക്കുന്നു. വെള്ളം ബേസിനിലേക്ക് കടത്തിവിടാനുള്ള സ്ലൂയിസ് ഗേറ്റ്- ഉം നിർമ്മിക്കുന്നു. വേലിയറ്റ സമയത്ത് വെള്ളം ബേസിനിലേക്ക് കടന്നുകയറും. ബേസിനിലുള്ള വെള്ളം വേലിയിറക്ക സമയത്ത് ജനറേറ്ററിന്റെ ടർബൈൻ കറക്കി കടലിലേക്ക് ഒഴുകിപ്പോകുന്നു. ഇവിടെ ജനറേറ്റർ പ്രവർത്തിക്കുന്നത് ബേസിനിൽ നിന്ന് വെള്ളം പുറത്തേക്ക് പോകുമ്പോൾ മാത്രമാണ്. ഇതിനെ സിംഗിൾ ബേസിൻ സിംഗിൾ ഇഫക്ട് റ്റൈഡൽ പവർ സ്കീം എന്ന് വിളിക്കുന്നു. നേരേമറിച്ച് വെള്ളം ബേസിനിലേക്ക് കയറുമ്പോഴും ഇറങ്ങുമ്പോഴും ജനറേറ്റർ പ്രവർത്തിക്കുന്ന രീതിയിലുള്ളതിനെ

വേലിയേറ്റ ടർബൈൻ ഫാം

സിംഗിൾ ബേസിൻ ഡബിൾ ഇഫക്ട് റ്റൈഡൽ പവർ സ്കീം എന്ന് വിളിക്കുന്നു. ഈ പദ്ധതിയിൽ, വെള്ളം തിരിച്ച് പോകുമ്പോൾ ടർബൈന്റെ ബ്ലേഡുകൾ യഥാവിധി തിരിച്ച് വയ്ക്കണം.

നേട്ടങ്ങൾ

1. പുതുക്കപ്പെടുന്ന ഊർജ്ജസ്രോതസ്സാണിത്.
2. വർഷത്തിലുടനീളം ലഭ്യമാണ്.
3. പരിസ്ഥിതിക്ക് ആഘാതമുണ്ടാക്കുന്നില്ല.
4. വളരെകുറച്ച് സ്ഥലം മതിയാകും.

പരിമിതികൾ

1. വേലിയേറ്റത്തിന്റെ അളവ് വ്യത്യാസപ്പെടുന്നതുകൊണ്ട് വൈദ്യുതി ഉല്പാദനത്തെ ബാധിക്കും. ഇതിനുള്ള കൺട്രോൾ വേണ്ടിവരും.
2. ഒരു ദിവസത്തിൽ തന്നെ പലസമയങ്ങളിൽ ജലപ്രവാഹത്തിന്റെ അളവിൽ വ്യത്യാസം വരും ഒപ്പം ലോഡും പവറും വ്യത്യാസപ്പെടും. ഇത് കൈകാര്യം ചെയ്യാനുള്ള കമ്പ്യൂട്ടർ പ്രോഗ്രാമുകൾ കൂടി ഉണ്ടാകണം.
3. ഉപ്പുവെള്ളം യന്ത്രഭാഗങ്ങൾക്ക് ലോഹനാശനം (corrosion) വരുത്താം. ലോകത്തിലെ ഏറ്റവും വലിയ റൈഡൽ പദ്ധതിയാണ് ഫ്രാൻസിലെ ലാ റാൻസ് (La Rance). അവിടെ ക്രോമിയം കൂടുതലും മോളിബ്ഡിനം കുറച്ചും ചേർന്നതുമായ സ്റ്റെയിൻലസ്സ് സ്റ്റീൽ ഘടകങ്ങൾ നാശനത്തെ അതിജീവിക്കുന്നതായി കാണുന്നു.
4. മുടക്കുമുതൽ വളരെക്കൂടുതലാണ്.

ഓട്ടെക് (OTEC)

ഉഷ്ണമേഖലാ പ്രദേശങ്ങളിൽ സമുദ്രോപരിതലത്തിന് 25 ഡിഗ്രി മുതൽ 30 ഡിഗ്രി സെൽഷ്യസ് വരെ ഊഷ്മാവ് ഉണ്ടാകും. എന്നാൽ ഒരു കിലോമീറ്ററോളം ആഴത്തിൽ ഊഷ്മാവ് ഗണ്യമായി കുറയുന്നു. ഏകദേശം 20 ഡിഗ്രിയോളം. ഇത്രയുമോ ഇതിൽ കൂടുതലോ ഊഷ്മാവിൽ വ്യത്യാസമുണ്ടെങ്കിൽ, താപ എഞ്ചിനിലേതിനു സമാനമായി, കടലിലെ താപോർജ്ജം അഥവാ സമുദ്രതാപോർജ്ജം പരിവർത്തനം ചെയ്യാവുന്നതാണ്. സാധാരണയായി കടൽ വെള്ളത്തിലെ ഊഷ്മാവ് വ്യത്യാസമുള്ള ഭാഗത്തെ വെള്ളമുപയോ ഗിച്ച്, അതായത് ഉപരിതലത്തിലെ ചൂടുവെള്ളവും കടലിനടിയിലെ തണുത്ത വെള്ളവും ഉപയോഗിച്ച് വൈദ്യുത ജനറേറ്ററിന്റെ ടർബൈൻ കറക്കി കറണ്ടുണ്ടാക്കുന്നു. മറ്റൊരു തരത്തിൽ പറഞ്ഞാൽ, സമുദ്രതാപോർജ്ജത്തെ വൈദ്യുതോർജ്ജമാക്കി മാറ്റുന്നുവെന്നർത്ഥം. ഇതിനെ ഓഷ്യൻ തെർമൽ എനർജി കൺവേർഷൻ (Ocean Thermal Energy Conversion : OTEC) എന്നു വിളിക്കുന്നു. 1881–ൽ ഫ്രഞ്ച് ഭൗതിക ശാസ്ത്രജ്ഞനായ *ആർസോവ്ഒ* (*Arsonval*) ആണ് സമുദ്രതാപോർജ്ജം വൈദ്യുതോർജ്ജമാക്കി മാറ്റാൻ കഴിയുമെന്ന് നിർദ്ദേശിച്ചത്. 1930–ൽ അദ്ദേഹത്തിന്റെ ശിഷ്യനായ ക്ലോദ് (Claude) ആണ് ആദ്യത്തെ ഓട്ടെക് പ്ലാന്റ് ക്യൂബയിൽ നിർമ്മിച്ചത്. ഇതിന്റെ ശേഷി 22 കിലോവാട്ട് ആയിരുന്നു. 1935–ൽ അദ്ദേഹം ബ്രസീലിൽ മറ്റൊരു പ്ലാന്റുകൂടി നിർമ്മിച്ചു. മോശപ്പെട്ട കാലാവസ്ഥയിലും ശക്തമായ തിരയിലും അതിന് അധികം ആയുസ്സുണ്ടായില്ല. 1956–ൽ ഫ്രഞ്ച് ശാസ്ത്രജ്ഞർ ഐവറി കോസ്റ്റിലെ അബിദ്ജാൻ എന്ന സ്ഥലത്ത് ഓട്ടെക് നിർമ്മിക്കാൻ തീരുമാനിച്ചു. ചെലവേറിയതു കാരണം

പൂർത്തിയാക്കാൻ കഴിഞ്ഞില്ല. എന്നിരുന്നാലും ലോകത്തിന്റെ വിവിധ ഭാഗങ്ങളിൽ ഓട്ടെക് പ്ലാന്റുകൾ വിജയപൂർവ്വം പ്രവർത്തിക്കുന്നു. എങ്ങനെയാണ് ഓട്ടെക് പ്ലാന്റ് പ്രവർത്തിക്കുന്നതെന്ന് നോക്കാം.

കുറഞ്ഞ ക്വഥനാങ്കമുള്ള അതായത് ബോയിലിംഗ് പോയിന്റുള്ള ദ്രാവകമാണ് (ഉദാഹരണം അമോണിയ) ഇതിൽ ഉപയോഗിക്കുക. ചൂടുള്ള കടൽവെള്ളം ഒരു ഹീറ്റ് എക്സ് ചേഞ്ചറിലൂടെ കടത്തിവിടുന്നു. ചൂടുവെള്ളത്തിലെ താപം (സമുദ്രോപരിതലത്തിലെ വെള്ളത്തിലേത്) അമോണിയായെ ബാഷ്പീകരിക്കുന്നു. അമോണിയ പെട്ടെന്ന് വികസിച്ച് ജനറേറ്റിൽ ഘടിപ്പിച്ച ടർബൈനെ കറക്കുന്നു. അങ്ങനെ വൈദ്യുതി ഉണ്ടാകുന്നു. മറ്റൊരു ഹീറ്റ് എക്സ്ചേഞ്ചറിലൂടെ തണുത്ത കടൽവെള്ളം (കടലിനിടയിൽ നിന്ന്) കടത്തിവിട്ട് അമോണിയാ ബാഷ്പത്തെ സാന്ദ്രീകരിച്ച് വീണ്ടും ദ്രാവകമാക്കുന്നു. ഈ പ്രക്രിയ ആവർത്തിക്കുന്നു. ഇത്തരം പ്ലാന്റുകളെ ക്ലോസ്ഡ് സൈക്കിൾ ഓട്ടെക് പ്ലാന്റുകളെന്ന് വിളിക്കുന്നു. ഇത് പ്രവർത്തിക്കാനായി കുറച്ച് പവർ കൊടുക്കണം. അതിനേക്കാൾ വളരെ കൂടുതൽ പവർ ഇവിടെ ഉല്പാദിപ്പിക്കുന്നു. ഇവ തമ്മിലുള്ള വ്യത്യാസത്തെ നെറ്റ് പവർ എന്നുപറയുന്നു.

മറ്റൊരു പ്രക്രിയ ഓപ്പൺ സൈക്കിളാണ്. ഈ രീതിയിലാണെങ്കിൽ ചൂടുള്ള കടൽവെള്ളത്തെ കുറഞ്ഞ മർദ്ദമുള്ള ഒരു കണ്ടയ്നറിലേക്ക് കടത്തിവിടുന്നു. മർദ്ദം കുറവായതിനാൽ വെള്ളം തിളയ്ക്കും. പ്രഷർ കുക്കറിൽ നേരേ തിരിച്ചാണ്. മർദ്ദം കൂട്ടി (വെയ്റ്റ് വെച്ച് അടപ്പിട്ട്) ജലത്തെ 125 മുതൽ 130 ഡിഗ്രി സെൽഷ്യസ് വരെ ഉയർന്ന ഊഷ്മാവിൽ തിളപ്പിക്കുന്നു. അതിലുണ്ടാകുന്ന നീരാവിയുടെ മർദ്ദം മൂലമാണിത് സാധിക്കുന്നത്. ഊഷ്മാവ് കൂടുതലായതിനാൽ പാചകം എളുപ്പമാകും. തിരിച്ചുവരാം. കണ്ടയ്നറിൽ തിളച്ച വെള്ളത്തിന്റെ നീരാവി വൈദ്യുത ജനറേറ്റർ ഘടിപ്പിച്ച ടർബൈനെ കറക്കുന്നു. വൈദ്യുതി ഉണ്ടാകുന്നു. ഉപ്പ് ഉപേക്ഷിച്ചു പോയ നീരാവി തണുക്കുമ്പോൾ നല്ല കുടിവെള്ളം കിട്ടും. അങ്ങനെ ഉപ്പുവെള്ളത്തിൽ നിന്ന് കറണ്ടും കുടിവെള്ളവും കിട്ടുന്നു. ഇന്ധന സെല്ലിനെക്കുറിച്ച് ഓർമ്മ വരുന്നു. ഈ നീരാവിയെ തണുപ്പിക്കാൻ കടലിനടിയിലെ തണുത്ത വെള്ളം ഉപയോഗിക്കുന്നു.

കടലിലെ തണുത്ത വെള്ളം എയർ കണ്ടീഷനിംഗിനും, വളരാൻ തണുപ്പ് ആവശ്യമുള്ള പച്ചക്കറി കൃഷിയിടങ്ങളിലും പൈപ്പിലും കൊണ്ടുപോകാം. സാൽമൺ, ലോബ്സ്റ്റർ എന്നീ മത്സ്യങ്ങളെ കൃഷി ചെയ്യാം. ഉപ്പുവെള്ളത്തിൽ നിന്ന് ശുദ്ധജലം വേർതിരിച്ചെടുക്കാം. ഓട്ടെക്കിന്റെ നേട്ടങ്ങളും കോട്ടങ്ങളും ഏതാണ്ട് മറ്റ് സമുദ്രതാപോർജ്ജങ്ങളുടേതിന് സമാനമാണ്. ചിലപ്പോൾ തോന്നും സമുദ്രോർജ്ജം നേടിയെടുക്കുന്നത് ആനപ്പുറത്തിരുന്നുകൊണ്ട് തടിപിടിപ്പിക്കുന്നതുപോലെയാണെന്ന്.

9

ഭൗമതാപോർജ്ജം

പുതുക്കപ്പെടുന്ന ഊർജ്ജസ്രോതസ്സുകളിൽ ഉല്പാദിപ്പിക്കപ്പെടുന്ന ഊർജ്ജത്തിന്റെ അളവിൽ മൂന്നാമത്തേതാണ് ഭൗമതാപോർജ്ജം. ഒന്നും രണ്ടുമായി വരുന്നത് ചെറുകിടജല വൈദ്യുതിയും ബയോമാസ്സുമാണ്. ആഗോള ഊർജ്ജോല്പാദനത്തിന്റെ 1/2 ശതമാനം ഭൗമതാപോർജ്ജമാണ്. ഇരുപതോളം രാജ്യങ്ങളിൽ ഇത് ഉപയോഗിക്കുന്നു. ഭൗമോപരിതലത്തിൽ നിന്ന് ഓരോ 100 മീറ്റർ താഴോട്ട് പോകുന്തോറും ഊഷ്മാവ് ഏകദേശം 3 ഡിഗ്രിസെൽഷ്യസ് ഉയരുന്നു. നാല് കിലോമീറ്റർ താഴ്ചയിൽ വെള്ളം തിളയ്ക്കാനുള്ള ഊഷ്മാവുണ്ടാകും. ഭൗമോപരിതലത്തിനടിയിൽ ഉരുകിയ ശിലാമേഖലകളുണ്ട്. ഇതിനെ മാഗ്മ എന്നു വിളിക്കുന്നു. ചിലപ്പോൾ ഭൂമിയുടെ പുറന്തോട് പൊട്ടിച്ച് അഥവാ അഗ്നിപർവ്വത സ്ഫോടനമുണ്ടായി മാഗ്മ പുറത്തേക്ക് ലാവയായി ഒഴുകിപ്പരക്കുന്നു. ഭൂമിക്കുള്ളിലെ റേഡിയോ ആക്ടിവതയാണ് ഉയർന്ന ഊഷ്മാവിന് ഹേതുവെന്ന് കരുതുന്നു.

ഭൗമതാപോർജ്ജം കൊണ്ട് വിവക്ഷിക്കുന്നതിതാണ്: ഭൂമിക്കടിയിലെ ഉയർന്ന ഊഷ്മാവുള്ള ജലം പാറയിടുക്കുകളിലൂടെയോ വിള്ളലുകളിലൂടെയോ നാം നിർമ്മിക്കുന്ന കുഴലുകളിലൂടെയോ ഉപരിതലത്തിൽ കൊണ്ട് വന്ന് ജനറേറ്റർ പ്രവർത്തിപ്പിച്ച് ഉണ്ടാക്കുന്ന വൈദ്യുതി. ചുരുക്കത്തിൽ, ഭൗമതാപം പരിവർത്തനപ്പെടുത്തി ലഭിക്കുന്ന വൈദ്യുതോർജ്ജത്തെയാണ് ഭൗമതാപോർജ്ജം (geothermal energy) എന്നു വിളിക്കുന്നത്. ഭൗമതാപോർജ്ജവും സമുദ്രതാപോർജ്ജവും തമ്മിൽ വലിയ വ്യത്യാസമില്ല. ഒന്ന് കരയിലും മറ്റേത് കടലിലുമാണെന്ന് മാത്രം. ഊഷ്മാവ് കൂടിയ നീരുറവകൾ നൂറ്റാണ്ടുകൾക്ക് മുമ്പുതന്നെ മനുഷ്യൻ ഉപയോഗപ്പെടുത്തിയിരുന്നു. ആദ്യത്തെ ഭൗമ

താപോർജ്ജനിലയം 1904–ൽ ഇറ്റലിയിൽ സ്ഥാപിച്ചു.

ഭൂമിക്കടിയിൽ നിന്നും ലഭിക്കുന്ന നീരാവിയുടെ അല്ലെങ്കിൽ ജലത്തിന്റെ ഊഷ്മാവ്, താപസംഭരണിയുടെ ആഴം മുതലായവ കണക്കിലെടുത്താണ് വൈദ്യുതി ഉല്പാദനത്തിനുള്ള സാങ്കേതിക പദ്ധതി തെരഞ്ഞെടുക്കുന്നത്. ഏതാണ്ട് 235 ഡിഗ്രി സെൽഷ്യസിനേക്കാളും കൂടിയ ഊഷ്മാവിലുള്ള നീരാവി ഭൂമിക്കടിയിലെ സംഭരണിയിൽ കിട്ടുന്നുവെങ്കിൽ, ഇത് നേരിട്ട് ഉപയോഗിച്ച് ജനറേറ്റർ പ്രവർത്തിപ്പിക്കാം. ആദ്യകാല പദ്ധതികൾ മിക്കതും ഇത്തരത്തിലുള്ളതായിരുന്നു. ഇതിനെ ഹോട്ട് സ്റ്റീം പ്ലാന്റുകളെന്ന് വിളിക്കുന്നു. ഈ വിഭാഗത്തിലുള്ള ലോകത്തെ ഏറ്റവും വലിയ പ്ലാന്റ് സാൻഫ്രാൻസിസ്കോയിലാണുള്ളത്. 1960–ൽ തുടങ്ങിയ ഈ ഭൗമതാപോർജ്ജനിലയത്തിന് 750 മെഗാവാട്ട് നെറ്റ് ശേഷിയുണ്ട്. കെനിയായിൽ ഏകദേശം 50 മെഗാവാട്ടുള്ള മൂന്ന് ഭൗമതാപോർജ്ജനിലയങ്ങളുണ്ട്. രണ്ടാമത്തേത് ഫ്ളാഷ് സ്റ്റീം എന്നാണ് അറിയപ്പെടുക. ഇതിൽ ഭൗമജലത്തിന്റെ ഊഷ്മാവ് 180 ഡിഗ്രിയാണ്. ഭൂമിക്കടിയിലെ സംഭരണിയിൽ നിന്ന് വെള്ളം മുകളിലേക്ക് പമ്പ് ചെയ്തു കൊണ്ടുവരുമ്പോൾ അതിന്റെ മർദ്ദം കുറയുകയും ചൂടുവെള്ളം ബാഷ്പീകരിച്ച് നീരാവിയായിത്തീരുകയും ചെയ്യുന്നു. ഈ നീരാവി ടർബൈൻ കറക്കി വൈദ്യുതിയുണ്ടാക്കുന്നു. നീരാവിയാകാത്ത വെള്ളം ഭൂമിക്കടിയിലേക്ക് തിരിച്ച് വിടുന്നു.

മൂന്നാമതൊന്നുകൂടിയുണ്ട്. അതിനെ ബൈനറി സൈക്കിളെന്നു വിളിക്കുന്നു. ഈ പദ്ധതിക്ക് ചെലവ് കുറവാണ്. ഭൗമജലത്തിന്റെ ഊഷ്മാവ് കുറവാണെങ്കിൽ ഇത് കൂടുതൽ അനുയോജ്യമാണ്. ഇതിലെ ഊഷ്മാവ് ഫ്ളാഷ് സ്റ്റീം നിലയത്തേക്കാൾ കുറവാണ്. ഈ പ്ലാന്റിന്റെ പ്രവർത്തനം ഇങ്ങനെ വിശദീകരിക്കാം. ഭൂമിക്കടിയിലെ സംഭരണിയിൽ നിന്ന് ചൂടുവെള്ളം ഒരു ഹീറ്റ് എക്സ്ചേഞ്ചറിലൂടെ കടത്തി വിടുന്നു. ഇവിടെവച്ച് ഇതിലെ താപം, കുറഞ്ഞ ബോയിലിംഗ് പോയിന്റുള്ള അതായത് കുറഞ്ഞ ഊഷ്മാവിൽ തിളയ്ക്കുന്ന ഐസോ ബ്യൂട്ടേൻ അല്ലെങ്കിൽ ഐസോ പെന്റേൻ കടന്നുപോകുന്ന പൈപ്പിലേക്ക് പ്രേക്ഷണം ചെയ്യപ്പെടുന്നു. ഈ ദ്രാവകം പെട്ടെന്ന് ബാഷ്പമാവുകയും അത് ടർബൈൻ തിരിക്കുകയും ചെയ്യുന്നു. ഇതിന്റെ ഫലമായി വൈദ്യുതിയുണ്ടാകുന്നു. ചുരുക്കത്തിൽ ഭൂമിക്കടിയിലെ ചൂടുവെള്ളം അല്ലെങ്കിൽ നീരാവി ഉപയോഗിച്ച് വൈദ്യുതിയുണ്ടാക്കുന്നു. ഇതാണ് ഭൗമതാപോർജ്ജം.

ഹോട്ട് ഡ്രൈ റോക്ക് ജിയോതെർമൽ എനർജി (HDR) എന്നൊരു വിഭാഗം കൂടിയുണ്ട്. ഭൗമോപരിതലത്തിൽ നിന്ന് അഞ്ചോ പത്തോ കിലോമീറ്റർ താഴ്ചയിലുള്ള പാറക്കെട്ടിനടിയിലുള്ള ഉയർന്ന ഊഷ്മാവ് പ്രയോജനപ്പെടുത്തി വൈദ്യുതി ഉല്പാദിപ്പിക്കുന്ന രീതിയാണിത്. ഉന്നത മർദ്ദത്തിൽ വെള്ളം പാറക്കെട്ടിനടിയിലുള്ള താപമേഖലയിലേക്ക് 'ബോർഹോൾ' വഴി പമ്പ് ചെയ്യുന്നു. ഭൂജലവകുപ്പിലെ വിദ

ഭൗമതാപോർജ്ജ നിലയം

ഗ്ദ്ധ നാട്ടിൽ കുഴൽ കിണർ നിർമ്മിക്കുന്നത് കണ്ടിട്ടുണ്ടാകും. 'ബോർവെൽ' നിർമ്മിക്കാൻ പാറയോ മണലോ തുരന്ന് ഏകദേശം 60 അടി മുതൽ 200 അടിവരെ താഴ്ചയിൽ പൈപ്പ് ഇടുന്നു. ഇതുപോലെ തന്നെ പെട്രോളിയം ഖനനം ചെയ്യാനും ബോർഹോൾ ഇടുന്നു. ഇത് ഏതാണ്ട് പത്ത് കിലോമീറ്ററോളം താഴ്ത്തണം. ഒരു ബോർഹോളിലൂടെ പമ്പ് ചെയ്ത വെള്ളം പാറയിടുക്കുകളിലൂടെ കടുന്നുകയറി അവിടുത്തെ താപം ആഗിരണം ചെയ്ത് ഉയർന്ന ഊഷ്മാവിലെത്തുന്നു. ഈ വെള്ളം രണ്ടാമത്തെ ബോർഹോളിലൂടെ തള്ളിക്കയറി മുകളിലെത്തുന്നു. ഇതുപയോഗിച്ച് ടർബൈൻ കറക്കി ജനറേറ്റർ പ്രവർത്തിപ്പിച്ച് വൈദ്യുതി ഉല്പാദിപ്പിക്കുന്നു. അങ്ങനെ താപം നഷ്ടപ്പെട്ട വെള്ളം ഭൂമിക്കടിയിലേക്ക് പമ്പ് ചെയ്തു ചൂടാക്കി മുകളിൽ കൊണ്ടുവന്ന് പ്രവർത്തനം ആവർത്തിച്ച് വൈദ്യുതി ഉല്പാദിപ്പിക്കുന്നു.

പ്രകൃത്യാ വിള്ളലോ മറ്റോ ഇല്ലെങ്കിൽ കൃത്രിമമായി ഉണ്ടാക്കാം. സാധാരണയായി തണുത്തവെള്ളം ആസിഡും മറ്റ് രാസപദാർത്ഥങ്ങളും ചേർത്ത് ഗ്രൗണ്ടിൽ ഒഴിച്ച് ഇത് സാധ്യമാക്കുന്നു. ഇതിനെ എൻഹാൻസ്ഡ് ജിയോതെർമൽ സിസ്റ്റംസ് (EGC) എന്ന് വിളിക്കുന്നു. ആസ്ട്രേലിയായിലാണ് ഏറ്റവും വലിയ EGC.

ഭൗമതാപോർജ്ജം ഉല്പാദിപ്പിക്കുന്നതിൽ മുൻപന്തിയിൽ നിൽക്കുന്നത് അമേരിക്ക (2000 മെഗാവാട്ട്), ഫിലിപ്പൈൻസ് (1400 മെഗാവാട്ട്), ഇറ്റലി (790 മെഗാവാട്ട്) എന്നീ രാജ്യങ്ങളാണ്. ഫിലിപ്പൈൻസിൽ 27% വൈദ്യുതിയും ഭൗമതാപോർജ്ജത്തിലൂടെ നേടുന്നു.

നേട്ടങ്ങൾ

1. കാലാവസ്ഥ ബാധിക്കുന്നില്ല.
2. മിക്കവാറും പുതുക്കപ്പെടുന്നതാണ്.
3. ഫോസ്സിൽ ഇന്ധനത്തേക്കാൾ ചെലവ് കുറവ്
4. പരിസ്ഥിതിക്ക് ആഘാതം ഏല്പിക്കുന്നില്ല.
5. ശുദ്ധവും സുരക്ഷിതവുമാണ്.
6. വിവിധ വലിപ്പത്തിൽ നിർമ്മിക്കാം.
7. മുറികൾ ചൂടാക്കൽ, ഗ്രീൻഹൗസ് ഹീറ്റിംഗ്, സ്പേസ് ഹീറ്റിംഗ് തുടങ്ങി ഏറെ പ്രയോജനങ്ങളുണ്ട്.

കോട്ടങ്ങൾ

1. വെള്ളം തീർന്നുപോകാം. (വാട്ടർ പമ്പ് ചെയ്ത് വേണം ഇത് പരിഹരിക്കാൻ).
2. കുറച്ച് കാർബൺ ഡൈ ഓക്സൈഡ്, നൈട്രിക് ഓക്സൈഡ്, സൽഫർ തുടങ്ങിയവ പുറത്തേക്ക് വമിക്കാം. ഫോസ്സിൽ ഇന്ധനങ്ങൾ ജ്വലിക്കുമ്പോഴുള്ളതിന്റെ വെറും 5% മാത്രം പുറത്തേക്ക് വമിക്കുന്നു.
3. ഭൂചലന സാധ്യത തള്ളിക്കളയാൻ കഴിയില്ല. പാറ തുരക്കുമ്പോൾ, അല്ലെങ്കിൽ വെള്ളം പമ്പ് ചെയ്യുമ്പോൾ അതുമല്ലെങ്കിൽ പഴയ ഭൗമതാപമേഖലയിൽ വെള്ളം കാലാകാലങ്ങളിൽ തണുക്കുമ്പോൾ ഭൂചലനം ഉണ്ടാകാം. സ്വിറ്റ്സർലണ്ടിലെ ബേസൽ എന്ന സ്ഥലത്ത് (HDR) ലേക്ക് വെള്ളം പമ്പ് ചെയ്ത് ഒരാഴ്ച കഴിഞ്ഞപ്പോൾ നേരിയ ഭൂചലനമുണ്ടായി. ഭൗമതാപോർജ്ജ പദ്ധതികൾ ഭൂചലന സാധ്യത കൂട്ടുമോ? ഇവിടെ, ഇതിന് മുമ്പ് 1356–ൽ ഭൂചലനമുണ്ടായതായി ചരിത്രം പറയുന്നു.

ഇന്ത്യയിൽ, ഹിമാലയത്തിനോട് അടുപ്പിച്ച് വളരെയധികം ഭൗമതാപോർജ്ജം സാധ്യമാക്കാവുന്നതാണെന്ന് പഠനങ്ങൾ കാണിക്കുന്നു. നമ്മുടെ രാജ്യത്ത് അധികവും പരീക്ഷണാടിസ്ഥാനത്തിലുള്ളതാണ്. ഇതിൽ നാം വളരെയേറെ മുന്നോട്ട് പോകേണ്ടിയിരിക്കുന്നു.

ഉപസംഹാരം

ജലവൈദ്യുതിയും ഫോസ്സിൽ ഇന്ധനങ്ങളും സുലഭമായിരുന്ന കാലം കഴിഞ്ഞുപോയി. ഒപ്പം ആഗോളതപനത്തിന്റെയും അന്തരീക്ഷ മലിനീകരണത്തിന്റെയും ദുരിതപൂർണ്ണമായ വരും നാളുകൾ. പുതിയതും പുതുക്കപ്പെടുന്നതുമായ ഉർജ്ജസ്രോതസ്സുകളും അവയുടെ ഉപയുക്തതയും അക്കാദമിക് താല്പര്യങ്ങൾക്കും ജനങ്ങളുടെ കൗതുകത്തിനുമപ്പുറം, ഏറെ ആശ്രയിക്കാവുന്നതും തികച്ചും പ്രായോഗികവുമാണെന്ന് ലോകരാജ്യങ്ങളിൽ ഏറെയും തിരിച്ചറിഞ്ഞ് വളരെ ദൂരം മുന്നേറിയിരിക്കുന്നു. നമുക്കു മാറ്റങ്ങളെ സഹർഷം സ്വാഗതം ചെയ്ത് ശ്രദ്ധയോടെ മുന്നേറാം. പുതിയതും പുതുക്കപ്പെടുന്നതുമായ ഊർജ്ജസ്രോതസ്സുകളുടെ പ്രത്യേകതകളും സാധ്യതകളും കുട്ടികൾക്കായി അവതരിപ്പിക്കാൻ ശ്രമിച്ചു.

ഈ മേഖലയിൽ കൂടുതൽ ഗവേഷണങ്ങൾ നടക്കേണ്ടത് കാലഘട്ടത്തിന്റെ അനിവാര്യതയാണ്.